தந்தைக்கோர் இடம்

தந்தைக்கோர் இடம்

எஸ்.ஆர். கிருஷ்ணமூர்த்தி (பி. 1942)
மொழிபெயர்ப்பாளர்

புதுவைப் பல்கலைக்கழக முன்னாள் ஃபிரெஞ்சுத் துறைத் தலைவர், வாழ்வியல் புலத் தலைவர், பல்கலைக்கழக மானியக் குழுவின் தகைசால் அறிஞர். ஃபிரெஞ்சு அரசின் ஷெவாலியே, ஒஃபீசியே, கொமாந்தர் ஆகிய விருதுகளையும் ரொமேன் ரொலான் விருதையும் பெற்றவர். ஃபிரெஞ்சு, ஆங்கிலம், தமிழ் ஆகிய மொழிகளில் பல மொழிபெயர்ப்புகள் செய்திருக்கிறார்.

அன்னி எர்னோ

தந்தைக்கோர் இடம்
(2022ஆம் ஆண்டு இலக்கியத்துக்கான
நோபல் பரிசு பெற்றவர்)

பிரெஞ்சிலிருந்து தமிழில்
எஸ்.ஆர். கிருஷ்ணமூர்த்தி

காலச்சுவடு பதிப்பகம்

● அன்பார்ந்த வாசகருக்கு,

வணக்கம்.

காலச்சுவடு நூலை வாங்கியமைக்கு நன்றி.

நூலின் உள்ளடக்கம், உருவாக்கம், அட்டைப்படம் இன்ன பிற அம்சங்கள் பற்றிய உங்கள் கருத்துகளையும் ஆலோசனைகளையும் காலச்சுவடு வரவேற்கிறது. தகவல், எழுத்து, வாக்கியப் பிழைகள் தென்பட்டால் கட்டாயம் தெரிவித்து உதவுங்கள். நூல் தயாரிப்பில் கடும் குறைபாடு இருப்பின் மாற்றுப் பிரதி உங்களுக்குக் கிடைக்கக் காலச்சுவடு ஏற்பாடு செய்யும்.

மின்னஞ்சல்: publisher@kalachuvadu.com

காலச்சுவடு நாகர்கோவில் அலுவலகத்திற்குக் கடிதம் அனுப்பலாம்.

தங்கள்
எஸ்.ஆர். சுந்தரம் (கண்ணன்)
பதிப்பாளர் — நிர்வாக இயக்குநர்

PAP TAGORE
www.bibliofrance.in

The work is published with the support of the Publication Assistance Programmes of the Institut Français

LA PLACE by Annie ERNAUX

© Éditions Gallimard, 1983

தந்தைக்கோர் இடம் ❖ நாவல் ❖ ஆசிரியர்: அன்னி எர்னோ ❖ பிரெஞ்சிலிருந்து தமிழில்: எஸ்.ஆர்.கிருஷ்ணமூர்த்தி ❖ முதல் பதிப்பு: டிசம்பர் 2022, இரண்டாம் பதிப்பு: டிசம்பர் 2023 ❖ வெளியீடு: காலச்சுவடு பப்ளிகேஷன்ஸ் (பி) லிட்., 669, கே.பி. சாலை, நாகர்கோவில் 629001

tantaikkoor iTam ❖ Novel ❖ Author: Annie ERNAUX ❖Translated from French by S.R. Kichenamourty ❖ Language: Tamil ❖ First Edition: December 2022, Second Edition: December 2023 ❖ Size: Demy 1x8 ❖ Paper: 18.6 kg maplitho ❖ Pages:72

Published by Kalachuvadu Publications Pvt. Ltd., 669, K.P. Road, Nagercoil 629001, India ❖ Phone: 91–4652–278525 ❖ e–mail: publications@kalachuvadu.com ❖ Printed at Adyar Students xerox Pvt. Ltd., No. 275 Habibullah Road, Triplicane high Road, Opp Triplicane Post Office, Triplicane, Chennai 600005

ISBN: 978-81-960589-1-3

12/2023/S.No. 1169, kcp 4860, 18.6 (2) rss

நான் துணிந்து ஒரு விளக்கம் சொல்வேன்: துரோகம் செய்தவர்களுக்கெல்லாம் ஒரே புகலிடம் எழுத்துதான்.

– ழான் ழெனே

மொழிபெயர்ப்பாளர் உரை

இங்கு மொழிபெயர்க்கப்பட்டிருக்கும் LA PLACE எனும் நாவல் 1983ஆம் ஆண்டு வெளிவந்தது. இந்நாவலில் அன்னி எர்னோ தன் குடும்பத்தைப் பற்றி – குறிப்பாகத் தன் தந்தையைப் பற்றிப் – பேசுகிறார். கதைசொல்லியின் முன்னோர்கள் ஏழை விவசாயத் தொழிலாளர்கள். படிப்பறிவு அதிகம் இல்லாதவர்கள். அதனால் கதைசொல்லியின் தந்தை அயராது உழைத்தபோதும் வாழ்க்கையில் மிகச் சிறிய அளவிலேயே அவரால் முன்னேற முடிகிறது. மாறாக, கதைசொல்லி தான் பெற்ற உயர் கல்வியினால் மிகப் பெரிய சமூக முன்னேற்றத்தை எட்டிப் பிடிக்கிறார். அதற்காக அவர் தன் பூர்விகத்தைப் புறக்கணிக்க வேண்டிய நிலை ஏற்படுகிறது. காலத்தின் கட்டாயமாக இருந்தபோதும், பூர்விகத்தைப் புறக்கணிக்க நேர்ந்ததை அவர் சில சமயங்களில் ஒருவகை 'துரோகம்' என்று நினைத்ததுண்டு.

முகப்புக் குறிப்பில் 'துரோகம் செய்தவர்களுக் கெல்லாம் ஒரே புகலிடம் எழுத்துதான்' எனும் ழான் ழெனேயின் வாசகம் இடம்பெறுகிறது. கதைசொல்லி தன் பூர்வீகத்தை விட்டு வெகுதூரம் விலகி வந்து விட்டதைத்தான் துரோகமாக நினைக்கிறார். அந்தத் துரோகத்தை ஈடுகட்டவே அவர் எழுத்துத் துறையில் புகலிடம் தேடுகிறார்.

அவர் நாவல்களில் சமூகவியல் சார்ந்த கருத்துகள்– குறிப்பாகப் பெண்ணியக் கருத்துகள் இடம் பெறுவது சிறப்பாகக் கருதப்படுகிறது.

எனக்கு ஆசிரியர் பயிற்சிச் செய்முறைத் தேர்வு லியொன் நகரில், குருவா ரூஸ் என்னும் இடத்தில், ஒரு மேல்நிலைப் பள்ளியில் நடை பெற்றது. அது ஒரு புதிய பள்ளி. ஆசிரியர்கள் - அலுவலர்கள், ஆகியோருக்கு ஒதுக்கப் பட்டிருந்த கட்டடங்களை ஏராளமான பூச்செடிகள் அலங்கரித்தன. நூலகம் முழுவதும் மண் நிறத்தில் கம்பளம் விரிக்கப்பட்டிருந்தது. அங்கு அவர்கள் வந்து கூப்பிடுவதற்காகக் காத்திருந்தேன். அது நேர்முகத் தேர்வு. ஒரு ஆய்வாளரும் பிரெஞ்சு மொழியில் நிபுணத்துவம் பெற்ற இரண்டு நெறியாளர்களும் இருப்பார்கள். அவர்கள் முன்னால் நான் பாடம் நடத்த வேண்டும். என் எதிரே ஒருபெண்மணி ஒய்யாரமாகத் தேர்வுத்தாள்கள் திருத்திக் கொண்டிருந்தாள். அடுத்த ஒரு மணிநேரத்தைக் கடந்துவிட்டால் அவள் செய்ததுபோலவே என் வாழ்க்கை முழுவதும் நானும்செய்ய அனுமதிக்கப் படுவேன்.

பிரபல எழுத்தாளர் பல்ஸாக் எழுதிய நாவல் தந்தை கொரியோவிலிருந்து எண்ணிக்கையோடு கூடிய இருபத்து ஐந்து வரிகளைப் பத்தாம் வகுப்புக் கணிதப் பிரிவு மாணவர்களுக்கு விளக்கச் சொன்னார்கள். விளக்கி முடிந்தபின், தலைமை யாசிரியர் அலுவலகத்திற்குச் சென்றோம். அங்கு ஆய்வாளர் "உங்கள் மாணவர்களை நீங்கள் இழுத்தடித்தீர்கள், அல்லவா?" என்று கருத்து சொன்னார். அவர் இரண்டு நெறி யாளர்கள் மத்தியில் உட்கார்ந்திருந்தார். அவர்களில் ஒருவர் ஆண். மற்றொருவர் இளஞ் சிவப்பு செருப்புகள் அணிந்திருந்த, கிட்டத்துப் பார்வை கொண்ட ஒரு பெண். நான் அவர்களுக்கு எதிரில் உட்கார்ந்திருந்தேன். பதினைந்து நிமிடங்கள் அவர் என்மீது விமர்சனம், பாராட்டு, அறிவுரை யெல்லாம் அள்ளி வீசிக்கொண்டிருந்தார். நான்

அவற்றைச் சரியாகக் கேட்டுக்கொள்ளவில்லை. அதெல்லாம் நான் தேர்வாகிவிட்டேன் என்பதன் வெளிப்பாடா என்று என்னையே நான் கேட்டுக்கொண்டேன். திடீரென மூவரும் ஒரே சமயத்தில் எழுந்து நின்றார்கள். அவர்கள் முகத்தில் ஒரு கம்பீரம் தொனித்தது. நானும் அவசரம் அவசரமாக எழுந்து நின்றேன். ஆய்வாளர் என்னை நோக்கிக் கையை நீட்டினார். பிறகு, என்னை நேருக்கு நேர் பார்த்து 'வாழ்த்துகள்' என்றார். மற்றவர்களும் 'வாழ்த்துகள்' சொல்லிவிட்டு என்னிடம் கைகுலுக்கினர். ஆனால், அந்தப் பெண் கைகுலுக்கும்போது அவள் முகத்தில் ஒரு புன்சிரிப்பைக் கண்டேன்.

அந்தக் காட்சியை நான் பேருந்து நிறுத்தம்வரை நினைத்துக் கொண்டிருந்தேன். ஏதோ ஒரு வருத்தமும், வெட்கமும் என்னை வாட்டிக்கொண்டிருந்தன. அன்று மாலையே, என் பெற்றோர்களுக்கு நான் ஆசிரியர் தேர்வில் வெற்றி பெற்றுவிட்டதைக் கடிதம் மூலம் தெரிவித்தேன். என் அம்மா 'வீட்டில் எல்லோருக்கும் மகிழ்ச்சி' என்று எழுதியிருந்தாள்.

○○○

சரியாக இரண்டு மாதங்கள் கழித்து, அதே நாளில், என் அப்பா இறந்து போனார். அவருக்கு வயது அறுபத்து ஏழு. அவரும் என் அம்மாவும், சேன் – மரித்தீம் என்னும் அமைதியான பகுதியில், ரயில் நிலையத்துக்கு அருகில் ஒரு பலசரக்குக் கடையும் சிறு உணவகமும் நடத்திவந்தனர். அவர் அடுத்த ஆண்டு ஓய்வெடுத்துக்கொள்ளத் திட்டமிட்டிருந்தார். பல சமயங்களில் எந்த நினைவு முதலில் வரும் என்று சொல்ல முடியவில்லை. லியோன் நகரில் காற்று வீசிக்கொண்டிருந்த அந்த ஏப்ரல் மாதம் நான் குருவா – ரூஸ் பஸ் நிலையத்தில் காத்துக்கொண்டிருந்த நினைவு அல்லது கடும் வெப்பம் நிலவிய ஜூன் மாதம் என் தந்தை இறந்துபோன நினைவு ஆகிய இரண்டு நினைவுகளும் ஒன்றையொன்று முந்திக்கொள்ளும்.

○○○

அன்று ஞாயிற்றுக் கிழமை பிற்பகல்.

என் அம்மா மாடிப்படிகளின் உச்சியில் நின்றுகொண் டிருந்தாள். மதிய உணவுக்குப்பின் மாடிக்குப் போகும்போது எடுத்துச் சென்றிருந்த துணியால் கண்களைத் துடைத்துக் கொண்டாள். "எல்லாம் முடிந்துவிட்டது" என்று உணர்ச்சி வசப்படாமல் சொன்னாள். அடுத்த சில நிமிடங்களில் என்ன நடந்தது என்று எனக்கு நினைவில்லை. என் தந்தையின் கண்கள்தான் எனக்கு நினைவுக்கு வந்தன. அவை என்னைத் தாண்டி, தூரத்தில் எதையோ உற்று நோக்குவதுபோல்

இருந்தன. அவருடைய திறந்த உதடுகள் வழியே ஈறுகள் தெரிந்தன. என் அம்மாவிடம் சொல்லி அவற்றை மூடச் சொன்னதாக நினைவு. கட்டிலைச் சுற்றி என் அம்மாவின் சகோதரியும் அவள் கணவனும் நின்றுகொண்டிருந்தார்கள். அப்பாவின் உடல் விறைப்பாவதற்குமுன் அதனைக் குளிப்பாட்டி, அவருக்குச் சவரம் செய்துவிடவும் அவர்கள் உதவ முன்வந்தார்கள். மூன்றாண்டுகளுக்கு முன் என் திருமணத்திற்காக அப்பா வாங்கிக்கொண்ட சூட்டை அவருக்கு அணிவிக்குமாறு அம்மா யோசனை சொன்னாள். அந்தக் காட்சி எளிமையாக இருந்தது. எவரும் அழவில்லை, கத்திக் கதறவில்லை. அம்மாவின் கண்கள் மட்டும் சிவந்து போயிருந்தன. முகத்திலும் ஒரு ஆழமான கோடு பதிந்திருந்தது. எங்கள் செய்கைகள் அளவோடும் அமைதியாகவும் இருந்தன. அவ்வப்போது, என் சின்னம்மாவும் சித்தப்பாவும் "சீக்கிரம் போய்விட்டார்" அல்லது "அவர் வேறு யாரோ போல் இருக்கிறார்" என்று சொல்லிக்கொண்டிருந்தார்கள். அம்மா அப்பாவிடம் அவர் இன்னும் உயிரோடு இருந்ததுபோல், அல்லது புதிதாக வேறொரு வாழ்க்கை அவருள் புகுந்திருந்ததுபோல் எண்ணிப் பேசினாள். பேசும்போது அவரை "என் ஆசைக் கணவன்" என்று சொல்லிக்கொண்டிருந்தாள்.

சவரம் செய்தபின், சித்தப்பா அப்பாவின் உடலை நிமிர்த்தி வைத்தார். கடந்த சில நாட்களாக அப்பா அணிந்திருந்த உடைகளைக் கழற்றிவிட்டுப் புது உடைகளை அணிவித்தார். அப்பாவின் தலை மார்பில் கவிழ்ந்திருந்தது. அங்கு சிறு சிறு இரத்த நாளங்கள் தெரிந்தன. அப்போதுதான் முதல் முறையாக அவருடைய ஆணுறுப்பைப் பார்த்தேன். அவசர அவசரமாக, அம்மா புதிய சட்டையின் கீழ்ப் பகுதியால் அதனை மறைத்தாள். "பாவம், அதனைப் பத்திரமாக மூடி வைத்துக்கொள்" என்று சற்று விளையாட்டாகச் சொன்னாள். அப்பாவைக் குளிப்பாட்டியபின், அவர் கைகளை இணைத்து அவற்றுக்குள் ஒரு ஜப மாலையைத் திணித்தார்கள். அப்போது, அம்மாவோ சின்னம்மாவோ இருவரில் யாரோ ஒருவர் "இப்போது அவர் களையாக இருக்கிறார்" என்று, அதாவது, முன்பைவிடப் பார்ப்பதற்கு நன்றாக இருக்கிறார் என்ற அர்த்தத்தில் சொன்னது நினைவுக்கு வருகிறது.

நான் சன்னல்களை மூடிவிட்டு, பக்கத்து அறையில் பிற்பகல் தூக்கம் போட்டுக்கொண்டிருந்த என் மகனை எழுப்பினேன். "தாத்தா இன்னும் அரைத் தூக்கத்தில் இருக்கிறார்" என்றேன்.

என் சித்தப்பாவால் அறிவிக்கப்பட்டு Y-இல் இருந்த குடும்பத்தினர் அனைவரும் வந்தனர். அம்மாவோடும் என்னோடும் அவர்கள் மாடிக்கு வந்து கட்டிலுக்குமுன்

கொஞ்ச நேரம் மௌனமாக நின்றனர். பிறகு, அப்பாவின் நோயைப் பற்றியும் அவரது திடீர் மரணத்தைப் பற்றியும் குரலைத் தாழ்த்தி விசாரித்தனர். அவர்கள் கீழே இறங்கியதும், அவர்களுக்கு உணவகத்திலிருந்து ஏதோ ஒன்றைக் குடிப்பதற்குக் கொண்டுவந்து கொடுத்தோம்.

மரணச் சான்றிதழில் கையெழுத்திட மருத்துவர் ஒருவரைக் கூப்பிட்டோம். எந்த மருத்துவர் என்பது நினைவில் இல்லை. சில மணிநேரங்களில், என் அப்பாவின் முகம் யாராலும் அடையாளம் கண்டுபிடிக்க முடியாத அளவுக்கு மாறி விட்டது. பிற்பகல் இறுதியில் நான் என்னுடைய அறையில் இருந்தேன். சன்னல் வழியே சூரிய ஒளி புகுந்துவந்து லினோலியம் தரையில் விழுந்துகொண்டிருந்தது. இப்போது என் தந்தை என் தந்தையாக இல்லை. அவர் முகம் சுருங்கிப்போய் அவரது அகண்ட மூக்குமட்டும் எடுப்பாக இருந்தது. அவர் அணிந்திருந்த கருநீல சூட்டு அவர் உடலிலிருந்து நழுவிக்கொண்டிருந்தது. மல்லாந்து படுத்திருக்கும் ஒரு பறவையைப் போல் தோன்றினார். இறந்தபின் கொஞ்ச நேரம் அவர் முகம் விசாலமாகவும், கண்கள் முறைத்துப் பார்த்துக்கொண்டும் இருந்தன. அவையெல்லாம் அதற்குள் மறைந்துவிட்டன. அந்த முகத்தை நான் இனிமேல் பார்க்க முடியாது.

பிறகு அவரை அடக்கம் செய்வது, அதற்கான குழுவை அழைப்பது, கோவில் பூசை, மரண அறிவிப்பு, துக்கத்திற்கு அணிய வேண்டிய உடை ஆகியவற்றைப் பற்றியெல்லாம் நினைக்க ஆரம்பித்தோம். இதுபோன்ற ஏற்பாடுகள் என் தந்தைக்கு அப்பாற்பட்டவை. இதெல்லாம் ஒரு சடங்கு. இந்தச் சடங்கிலெல்லாம் அவர் பங்கேற்க மாட்டார். அம்மா மிகவும் பதற்றத்தோடு காணப்பட்டாள். என் தந்தை இறப்பதற்கு முந்தைய இரவு, பேசாதிருந்த நிலையிலும் தன்னை அழைத்து முத்தமிட முயன்றார் என்று சொன்னாள். "உனக்குத் தெரியாது. சிறு வயதில் அவர் எவ்வளவோ அழகாக இருந்தார்!" என்றும் சொன்னாள்.

திங்களன்று ஒருவித நாற்றம் வீசத் தொடங்கியது. அதை நான் சற்றும் எதிர்பார்க்கவில்லை. ஒரு பாத்திரத்தில் இருக்கும் ஓடாத தண்ணீரில் அழுகிக்கொண்டிருக்கும் பூக்களின் நாற்றம் முதலில் இலேசாகவும், பின்பு கடுமையாகவும் வீசத்தொடங்கியது.

அடக்கம்செய்யும் நேரத்திற்கு மட்டும் அம்மா கடையை மூடிவைத்தாள். இல்லையென்றால் வாடிக்கையாளர்களை இழக்க நேரிடும். நஷ்டம் ஏற்படும். இறந்துபோன அப்பாவின் உடல் மாடியில் சாய்த்து வைக்கப்பட்டிருந்த வேளையில், அவள் கீழ்த்தளத்தில் வியாபாரத்தைக் கவனித்துக்கொண்டிருந்தாள்.

மேல் தட்டு சமூகத்தில், ஒருவர் இறந்துவிட்டால், இறந்ததைக் கண்ணீராலும், மௌனத்தினாலும், கௌரவத்தோடு வெளிப்படுத்துவதுண்டு. ஆனால், கௌரவத்தைப் பற்றி அம்மாவோ, எங்கள் சுற்றுப்புறத்தில் வாழ்ந்தவர்களோ அலட்டிக்கொள்ளவில்லை. என் தந்தை ஞாயிற்றுக்கிழமை இறந்தார். புதன்கிழமை அவரை அடக்கம் செய்யவிருந்தது. இடைப்பட்ட நாட்களில், வாடிக்கையாளர்கள் கடையில் உட்கார்ந்து மெல்லிய குரலில் அதுபற்றிக் கொஞ்சம் பேசினர். "அவர் விளக்கு அணைவதுபோல் அணைந்துவிட்டார்" என்றார்கள். சிலர் கொஞ்சம் கலகலப்புடன் "கடை முதலாளி போய்விட முடிவெடுத்துவிட்டார்" என்று சொன்னார்கள். செய்தி கேட்டதும் அவர்களுக்கு எப்படி இருந்தது என்றும் சொன்னார்கள். "பளார் என்று தலையில் அறைந்ததுபோலிருந்தது" அல்லது "எனக்கு என்ன நினைப்பது என்றே தெரியவில்லை" என்றனர். மரியாதை நிமித்தமாக, என் அம்மாவிடம் "உங்கள் துக்கத்தில் நாங்களும் பங்கேற்கிறோம்" என்றனர். வாடிக்கையாளர்களில் பலர், என் தந்தை உடல் நலத்துடன் இருந்தபோது, கடைசியாக எப்போது அவரைப் பார்த்தார்கள் என்று நினைவு படுத்திக் கொண்டிருந்தனர். எந்த இடத்தில், எப்போது அவரைப் பார்த்தார்கள் என்றும், அப்போது கால நிலை எப்படி இருந்தது என்றும், அவர்கள் என்ன பேசிக்கொண்டிருந்தார்கள் என்றும் நினைவுகூர்ந்தனர். உயிர் வாழ்வதே பெரும்பாடாகிவிட்ட அக்காலகட்டத்தில், அதுபோல் கஷ்டப்பட்டு அவரை நினைவு கூர்ந்ததைப் பார்க்கும்போது, என்னுடைய தந்தையின் சாவு அவர்களிடம் ஏற்படுத்திய தாக்கத்தை உணர்ந்தேன். அவர் உயிரோடு இருந்த அந்த நேரத்தை அவர்கள் அவ்வளவு நுணுக்கமாக விவரித்தது என் அப்பாவின் இறப்பு எந்த அளவுக்குப் பகுத்தறிவுக்கு ஒவ்வாது இருந்தது என்பதை நிரூபித்தது. மரியாதைக்காக அவர்கள் அவரைப் பார்க்க விரும்பினார்கள். அம்மா எல்லோரையும் அனுமதிக்கவில்லை. உண்மையான பரிவை வெளிப்படுத்தியவர்களை மட்டுமே அனுமதித்தார். பார்க்கவேண்டுமென்ற வெறும் ஆர்வத்தினால் கோரிக்கை விடுத்தவர்களை அனுமதிக்கவில்லை. கிட்டத்தட்ட உணவகத்துக்குப் பழக்கமானவர்களில் பெரும்பாலானோர் என் தந்தைக்கு விடைகொடுக்க அனுமதிக்கப்பட்டனர். பக்கத்து வீட்டிலிருந்த ஒப்பந்ததாரர் மனைவி மட்டும் அனுமதிக்கப்படவில்லை, ஏனென்றால், உயிரோடு இருந்தபோதே என் தந்தைக்கு அவளையும், அவள் சுருங்கி விரியும் உதடுகளையும் பிடிக்காது.

அடக்கம் செய்யும் குழு திங்களன்று வந்தது. கீழே சமையலறையிலிருந்து மாடிக்குச் செல்லும் மாடிப்படி

மிகவும் குறுகலாக இருந்தது. சவப்பெட்டியை அதன் வழியே இறக்குவது சிரமம். சடலத்தை நெகிழிப் பையொன்றில் வைத்துக் கொண்டுவர – சரியாகச் சொல்ல வேண்டுமானால் இழுத்துவர – வேண்டியதாயிற்று. உணவகத்தை அன்று ஒரு மணிநேரம் மட்டும் மூடிவிட்டோம். சவப்பெட்டியை இறக்குவதற்கு வெகு நேரமாகிவிட்டது. தொழிலாளிகள் எப்படி இறக்குவது – எப்படி மூலைகளில் திருப்புவது – என்பது பற்றியெல்லாம் விவாதித்துக்கொண்டிருந்தனர்.

என் தந்தை ஞாயிற்றுக் கிழமையிலிருந்து தலையணை மீது தலை வைத்துப் படுத்திருந்ததால், அதில் ஒரு குழி விழுந்திருந்தது. அவர் உடல் அங்கிருந்தபோது, அந்த அறையை நாங்கள் கூட்டிப் பெருக்கவில்லை. அவருடைய உடைகள் இன்னும் நாற்காலியில்தான் கிடந்தன. ஜிப் வைத்த அவர் பாக்கெட்டி லிருந்து ஒரு கட்டுப் பணத்தை எடுத்தேன். அது முந்தைய புதன் கிழமை வருமானம். பிறகு, மருந்து மாத்திரைகளையும் துணிமணிகளையும் அப்புறப்படுத்தினேன்.

அடக்கம் செய்யவிருந்த நாளுக்கு முந்தைய நாளிலேயே, மறுநாள் விசேஷத்துக்குப் பின் உணவு பரிமாறுவதற்கு மாட்டுக் கறி சமைத்துவைத்தோம். எங்களை மதித்துச் சாவுக்கு வந்திருந்த சனங்களை வெறும் வயிற்றோடு திருப்பி அனுப்புவது நாகரிகமாகாது. என்னுடைய கணவர் மாலையில் வந்தார். இது அவர் வீட்டு சாவு இல்லாததால், அங்கிருப்பது அவருக்குக் கொஞ்சம் சங்கடமாக இருந்தது. விருப்பமில்லாமலேயே அவர் அங்குத் தங்கினார். என் அப்பா இறந்த கட்டிலில்தான் இருவரும் தூங்கினோம்.

பிறகு தேவாலயத்தில் வழிபாடு நடந்தது. சுற்றுப்புறத்தில் வசிப்பவர்கள், வேலைக்குப் போகாத பெண்கள், ஒரு மணிநேரம் அனுமதி வாங்கிக்கொண்டு வந்த தொழிலாளிகள் – இப்படி நிறைய பேர் வந்திருந்தனர். ஆனால், என் தந்தை தன் வாழ்நாள் முழுவதும் தொழில் ரீதியாகத் தொடர்பிலிருந்த 'மேல் தட்டு மக்களோ', வியாபாரிகளோ வந்து பார்க்க சிரமப்பட்டுக்கொள்ளவில்லை. அவர் வியாபாரிகள் சங்கத்திற்குச் சந்தா கட்டிவிடுவார். மற்றபடி எதிலும் கலந்துகொள்ள மாட்டார். இறந்தவரைப் பற்றிப் பேசும்போது, பாதிரியார் "உழைப்பும் நேர்மையும் நிறைந்த வாழ்க்கை", "யாருக்கும் தீங்கு விளைவிக்காத மனிதர்" என்று புகழாரம் சூட்டினார்.

எல்லோரும் கைகுலுக்கிக்கொண்டோம். நிர்வாகியின் தவற்றினால் – அல்லது அவர் வேண்டுமென்றே வந்தவர்களின் எண்ணிக்கையை அதிகரித்துக் காட்ட செய்த தந்திரத்தால், எங்களுடன் ஏற்கெனவே கைகுலுக்கியவர்கள் மீண்டும்

வந்து கைகுலுக்கினர். ஆனால், இந்தச் சுற்று சீக்கிரமாகவே முடிந்துவிட்டது. கல்லறையில், சவப்பெட்டியைக் கயிறுகள் கட்டி இறக்கும்போது, அம்மா வாய் விட்டு அழுதாள் – என் திருமணத்தின்போது அழுததுபோலவே.

உணவகத்தில் மேசைகளை ஒன்றாக இணைத்துப் போட்டு உணவு பரிமாறப்பட்டது. முதலில் ஒருவித அமைதி தென்பட்டது. பிறகு, கொஞ்சம் கொஞ்சமாக உரையாடல்கள் தொடங்கின. தூக்கத்திலிருந்து எழுந்த ஒரு சிறுவன் ஒவ்வொருவரிடமாகச் சென்று ஒரு பூவையோ, ஒரு கூழாங்கல்லையோ, தோட்டத்தில் இருந்த வேறு ஏதாவதொன்றையோ கொண்டுவந்து வழங்கினான். தூரத்தில் உட்கார்ந்திருந்த என் தந்தையின் சகோதரர், தலையைச் சாய்த்துக்கொண்டு என்னிடம் "உன் அப்பா உன்னை சைக்கிளில் வைத்துப் பள்ளிக்கூடத்திற்கு அழைத்துக் கொண்டு போனது ஞாபகம் இருக்கா?" என்று கேட்டார். அவருக்கும் என் அப்பாவின் குரல்தான். ஐந்து மணிவாக்கில் வந்தவர்கள் கிளம்பிவிட்டார்கள். என் கணவர் அன்று மாலையிலேயே ரயிலில் புறப்பட்டுப் போய்விட்டார்.

சாவுக்குப் பிறகு முடிக்க வேண்டிய சில சம்பிரதாயங்கள் இருந்ததால், நான் என் அம்மாவுடன் மேலும் சில நாட்கள் தங்கியிருந்தேன். குடும்ப அட்டையில் இறப்பைப் பதிவு செய்ய வேண்டியிருந்தது. அடக்கம் செய்த குழுவுக்குப் பணம் பட்டுவாடா செய்யவேண்டியிருந்தது. வருத்தம் தெரிவித்து எழுதியவர்களுக்குப் பதில் போடவேண்டியிருந்தது. புதிதாக அறிமுக அட்டைகள் அடித்து, அவற்றில் 'அமரரான' இன்னாருடைய மனைவி என்று குறிப்பிட வேண்டியிருந்தது. அந்த காலகட்டத்தில் என்னால் எதையும் சிந்திக்க முடியவில்லை. தெருவில் நான் நடக்கும்போது எனக்குள்ளே "நான் இப்போது பெரிய மனுஷி" என்று சொல்லிக்கொண்டேன். (அம்மா நான் பூப்படைந்தவுடனேயே என்னைப் 'பெரிய மனுஷி' என்று சொல்லிவிட்டாள்.)

என் தந்தையினுடைய துணிமணிகளையெல்லாம் பொறுக்கி எடுத்துத் தேவையானவர்களுக்குக் கொடுக்க இருந்தோம். அவர் எப்போதும் அணியும் சட்டைப் பையில் அவருடைய பர்ஸ் இருந்தது. அதில் கொஞ்சம் பணமும், அவருடைய ஓட்டுநர் உரிமமும் இருந்தன. ஒரு மடிப்பில், புகைப்படம் ஒன்று தினத்தாளில் சுருட்டி வைக்கப் பட்டிருந்தது. அது ஒரு பழைய புகைப்படம். ஓரமெல்லாம் மழுங்கியிருந்தது. அதில் மூன்று வரிசையில் தொழிலாளிகள் தலைப்பாகையுடன் காட்சியளித்தனர். வரலாற்றுப் பாடப் புத்தகத்தில் ஓர் அரசியல் கட்சியை அல்லது வேலை நிறுத்தத்தைச் சித்திரிப்பதற்குப்

பொருத்தமான புகைப்படம். என் தந்தை கடைசி வரிசையில் சுரத்து இல்லாமல், கொஞ்சம் கவலையோடு நின்று கொண்டிருந்தார். மற்றவர்கள் பெரும்பாலும் சிரித்துக்கொண்டிருந்தனர். கத்திரித்து வைத்திருந்த பேப்பரில் ஆசிரியர் பயிற்சிப் பள்ளி தேர்வு முடிவுகள் தகுதி அடிப்படையில் கொடுக்கப்பட்டிருந்தன. இரண்டாவது பெயர் என்னுடையது.

அம்மா சகஜ நிலைக்குத் திரும்பிவிட்டாள். வாடிக்கையாளர்களுக்கு முன்புபோல் சேவை செய்தாள். அவளுடைய முகம் மட்டும் வாட்டமடைந்து கொண்டிருந்தது. ஒவ்வொரு நாளும், கடையைத் திறக்கும் முன், கல்லறை செல்வதை வழக்கமாக்கிக்கொண்டாள்.

ஞாயிற்றுக் கிழமை, திரும்பிப் போகும்போது ரயில் பெட்டியில் என் பையனுக்கு விளையாட்டுக் காட்டிக் கொண்டிருந்தேன். இல்லையேல் அவன் குறும்பு செய்து கொண்டிருப்பான். முதல் வகுப்புப் பயணிகளுக்குச் சத்தத்தையும், குறும்பு செய்யும் பிள்ளைகளையும் பிடிக்காது. ஒரே நொடியில், நானும் 'நடுத்தர வர்க்கத்துப் பெண்ணாக' மாறிவிட்டேன் – சற்றுத் தாமதமாக.

பிறகு, கோடைக்காலத்தில், என்னுடைய முதல் வேலையை எதிர்பார்த்துக்கொண்டிருக்கும்போது, 'நான் இதையெல்லாம் பதிவு செய்ய வேண்டிய' எண்ணம் எழுந்தது. அதாவது, என்னுடைய தந்தை, அவர் வாழ்க்கை, எனக்கு வயது வந்ததும் அவருக்கும் எனக்கும் ஏற்பட்ட இடைவெளி ஆகியவற்றைப் பற்றி எழுதத் தீர்மானித்தேன். இடைவெளி என்றது வர்க்க இடைவெளி – பெயர் சொல்ல முடியாத இடைவெளி – முறிந்துபோன அன்பை ஒத்த இடைவெளி.

பின்னர், ஒரு நாவல் எழுதத் தொடங்கினேன். அவர்தான் அதன் முக்கியக் கதாபாத்திரம். பாதியில் ஏனோ எனக்கு வெறுப்பு ஏற்பட்டது.

கொஞ்ச காலமாக, நாவல் எழுதுவதென்பது இயலாத காரியம் என்று தெரிகிறது. தேவையை அடிப்படையாகக்கொண்டு வாழும் வாழ்க்கையை விவரிக்க, நான் கலையை கைவசப் படுத்தத் தேவையில்லை. "உணர்ச்சியைத் தூண்ட" நினைக்க வேண்டாம். "சுவாரஸியத்தின் எல்லைக்குச்" செல்ல முயல வேண்டாம். என் தந்தையின் பேச்சு, நடையுடை பாவனை, அவர் விருப்பங்கள், அவர் வாழ்க்கையில் நடந்த முக்கியச் சம்பவங்கள் – இவையெல்லாம் போதும். அவர் வாழ்க்கையின் வெளிப்புற குறியீடுகள் போதும். அவற்றை நானும் பகிர்ந்திருக்கிறேன்.

நினைவுகள் கவிதையாகவும், இகழ்ச்சிகள் இனியனவாகவும் வரவேண்டியதில்லை. உப்பு சப்பு இல்லாத எழுத்து – நான் என் பெற்றோர்களுக்குக் கடிதம் எழுத பயன்படுத்திய நடை – எனக்கு இயல்பாக வந்தது.

○○○

கதை இருபதாம் நூற்றாண்டு தொடங்குவதற்குச் சில மாதங் களுக்கு முன் தொடங்குகிறது. நிகழிடம் 'கோ' பிரதேசத்தில் ஒரு கிராமம்–கடலிலிருந்து இருபது கி.மீ தொலைவில் இருக்கும். நிலம் இல்லாதவர்கள் அக்கம்பக்கத்திலிருந்த பெரிய பண்ணையார்களிடமிருந்து குத்தகைக்கு நிலம் வாங்கிக் கொள்வார்கள். என் தாத்தா ஒரு பண்ணையில் வண்டிக்காரராக வேலைபார்த்தார். கோடைக்காலத்தில் அறுவடை செய்தல், போர் அடித்தல் போன்ற வேலைகளிலும் ஈடுபடுவார். எட்டு வயதிலிருந்து இதைத் தவிர வேறு எந்த வேலையும் செய்ததில்லை. சனிக்கிழமை மாலை சம்பளம் முழுவதையும் தன் மனைவியிடம் கொண்டுவந்து கொடுப்பார். அவள் மறு நாள் தன் கணவன் சீட்டு விளையாடுவதற்கும், மது கொஞ்சம் அருந்துவதற்கும் பணம் கொடுப்பாள். போதையோடு திரும்பி வருவார். உம்மென்று இருப்பார். ஒன்றுமில்லாததற்கெல்லாம் தன் தலைக் கவசத்தால் பிள்ளைகளைப் போட்டு அடிப்பார். பலம் மிக்கவர். யாரும் அவரிடம் வம்புதும்புக்குப் போக மாட்டார்கள். அவர் மனைவி சிரிப்பது அரிது. அந்த துர்க்குணம்தான் அவரது ஆயுதம். ஆண் என்பதற்கும் வறுமையை எதிர்கொள்வதற்குமான ஆதாரம். குடும்பத்தில் யாராவது ஒருவர் புத்தகத்திலோ தினசரியிலோ மூழ்கி இருப்பதைப் பார்த்துவிட்டால்அவரிடம் வன்முறை தோன்றிவிடும். அவருக்குப் படிக்க – எழுத கற்றுக் கொள்வதற்கு நேரமில்லை. எண்ணுவதற்கு மட்டுமே தெரியும்.

முதியோர் இல்லத்தில் அவர் இறப்பதற்கு மூன்று மாதங்களுக்கு முன்தான் அவரை முதலாகவும் கடைசியாகவும் பார்த்தேன். இரண்டு வரிசைக் கட்டில்களுக்கிடையே, என் அப்பா என் கையைப் பிடித்து அழைத்துச் சென்றார். அது ஒரு பெரிய ஹால். அதன் கடைசியில் ஒரு குள்ளமான கிழவர் படுத்திருந்தார். வெள்ளை முடி சுருள்சுருளாக இருந்தது. என்னைப் பார்த்ததும் அவர் பாசத்தோடு சிரித்துக்கொண்டே இருந்தார். என் தந்தை, தான் எடுத்து வந்த ஒரு சின்ன பிராந்தி பாட்டிலைக் கொடுத்தார். அவர் அதனைக் கட்டில் விரிப்புக்குள் மறைத்து வைத்தார்.

ஒவ்வொரு தடவையும் என் தாத்தாவைப் பற்றிப் பேச ஆரம்பிக்கும்போது "அவருக்கு எழுதப் படிக்கத் தெரியாது" என்றுதான் தொடங்குவார்கள். அப்படிச் சொல்லாவிட்டால்,

அவர் வாழ்க்கையையும் குணாதிசயத்தையும் புரிந்துகொள்ள முடியாது போலும். என் பாட்டி மடத்தார் பள்ளியில் படித்திருக்கிறாள். கிராமத்தில் மற்ற பெண்களைப் போலவே துணி நெய்து, ருவான் நகரில் ஒரு தொழிற்சாலையில் விற்பாள். அவள் வேலை செய்த அறையில் காற்று வசதி இல்லை. வெளிச்சம் குறைவு. சுவர்களில் இருந்த துளைகள் மிக மிகக் குறுகியவை. சுத்தத்துக்கு அவள் முக்கியத்துவம் கொடுத்தாள். கிராமத்தில் அது அத்தியாவசியமானது. ஏனென்றால், காயவைத்திருந்த துணிகளிலிருந்தே அடுத்தடுத்த வீட்டுக்காரர்கள் சுத்தத்தை எடைபோட்டுவிடுவார்கள். வீடுகள் தனித்தனியாக இருந்தாலும் – அவற்றிற்கிடையே தடுப்புகளோ, வேலிகளோ இருந்தாலும் – அவர்களுடைய பார்வையிலிருந்து ஒருபோதும் தப்ப முடியாது. வீட்டுக்காரன் ஒருவன் மதுக் கடையிலிருந்து எத்தனை மணிக்குத் திரும்பினான் என்பதையும், மாதவிலக்கு நாப்கின் எத்தனை தடவை மாற்றப் பட்டிருக்கின்றது என்பதையும் கவனிப்பார்கள்.

என் பாட்டி கொஞ்சம் கௌரவம் பார்ப்பவள். நின்று கொண்டே சிறுநீர் கழிக்க மாட்டாள். அதற்காக அட்டையால் செய்த ஒருவித போலி டாய்லட் சீட் அணிந்திருப்பாள். அவளுக்கு ஐந்து பிள்ளைகள். நாற்பது வயதை நெருங்கும்போது சோக எண்ணங்கள் அவளை ஆட்கொள்ள ஆரம்பித்தன. தொடர்ந்து பல நாட்கள் பேசாமல் இருப்பாள். பின்னர் கைகளிலும் கால்களிலும் மூட்டு வலி வந்துவிட்டது. அதைக் குணப்படுத்துவதற்குப் புனிதர் ரிக்கியே போன்றவர்கள் தேவாலயங்களுக்குச் சென்று வந்தாள். அங்குள்ள சிலைகளை ஒரு துணியால் துடைத்து அத்துணியை வலியுள்ள பகுதியில் ஒத்தி ஒத்தி எடுப்பாள். பின் ஒருவாறாக நடப்பதையே நிறுத்திவிட்டாள். ஒரு குதிரை வண்டியை வாடகைக்கு அமர்த்தி அவளை ஆலயங்களுக்கு அழைத்துச் சென்றனர்.

அவர்கள் வசித்த வீடு மிகவும் சின்னது. கூரை வைக்கோலால் வேயப் பட்டிருக்கும். தரை சேற்றால் மெழுகப்பட்டிருக்கும். தண்ணீரைக் குறைவாக ஊற்றிச் சுத்தம் செய்துவிடலாம். தோட்டத்தில் கிடைப்பதையும், வளர்ப்புக் கோழிகளிலிருந்து வருவதையும் வைத்துக் காலம் தள்ளினார்கள். பண்ணை வீட்டிலிருந்து வெண்ணெய்யும் பால் கட்டிகளும் கிடைப்பதுண்டு. கோவில் வைபவங்கள், திருமண வரவேற்புகள் என்றால் பல மாதங்களுக்கு முன்னரே திட்டமிடுவார்கள். அவற்றை முழுமையாகப் பயன்படுத்திக்கொள்ள மூன்று நாட்களுக்கு உணவின்றி இருப்பார்கள். மஞ்சள் காமாலையிலிருந்து குணமாகி வந்த சிறுவன் ஒருவன் மூச்சடைத்து இறந்துவிட்டான்.

காரணம், அவனுக்கு அளவுக்கு அதிகமாக கோழிக்கறியைத் திணித்திருந்தார்கள். கோடைக்கால ஞாயிற்றுக் கிழமைகளில் ஊரில் கிராம விழாக்கள் நடைபெறும். ஆட்டம் பாட்டமெல்லாம் இருக்கும். அதிலெல்லாம் குடும்பத்தினர் கலந்துகொள்வார்கள். ஒரு நாள் என் தந்தை சருக்கு மரம் ஏறும்போது உச்சிக்குப் போவதற்குள் சருக்கி விழுந்துவிட்டார். பல மணிநேரம் என் பாட்டனார் கோபமாக இருந்தார். ‘பியோ, பியோ’ என்று கத்திக்கொண்டிருந்தார். ‘பியோ’ என்றால் நார்மண்டி பிரதேசத்தில் ‘வாத்து மடையன்’ என்று அர்த்தம்.

சாப்பிடுவதற்கு முன்னாலும், தேவாலயத் தொழுகையின் போதும், ஈஸ்டர் பண்டிகைக் காலத்திலும் மறவாமல் சிலுவைக் குறி போட்டுக்கொள்வார்கள். சுத்தத்தைப் போலவே, மதமும் அவர்களுக்குக் கௌரவம் தந்தது. உயர்ந்த ஆடைகளை உடுத்திக்கொள்வார்கள். பெரிய பண்ணையார்களோடு சேர்ந்து ’கிரெடோ’ பாடுவார்கள். தட்டில் காசு போடுவார்கள். என் தந்தைதான் ‘கோயர் பாய்’. பாதிரியார் யாருக்காவது ஈமச் சடங்கு நிகழ்த்தினார் என்றால் அவர் பின்னால் செல்வதை அவர் விரும்பினார். அவர்கள் போகும்போது, வழியிலிருந்த ஆண்களெல்லாம் தங்கள் தலைப்பாகையை அகற்றுவார்கள்.

குழந்தைகளுக்கு எப்போதும் வயிற்றில் புழுக்கள் வரும். அவற்றைப் போக்க, அவர்கள் சட்டையில், தொப்புளுக்கு அருகில், ஒரு பைவைத்துத் தைப்பார்கள். அதில் பூண்டை நிரப்பி வைப்பார்கள். குளிர்காலத்தில், காதில் பஞ்சு வைப்பார்கள். புரூஸ்த் அல்லது மொரியாக் போன்ற பெரிய எழுத்தாளர்கள் நாவல்களைப் படிக்கும்போது, அவர்கள் என் தந்தை சிறுவனாக இருந்த காலகட்டத்தைப் பற்றிப் பேசவில்லை என்று தெரிகிறது. என் தந்தை வாழ்ந்த காலம் ஐரோப்பிய வரலாற்றில் இடைநிலைக்காலம்போல் இருந்திருக்கிறது.

என் தந்தை பள்ளிக்குச் செல்வதற்கு இரண்டு கி.மீ நடந்து செல்ல வேண்டும். ஒவ்வொரு திங்களன்றும், ஆசிரியர் விரல் நகங்களைச் சோதிப்பார். சட்டைக் காலரைச் சோதிப்பார். பேன் பிடித்திருக்கிறதா என்று தலை முடியைச் சோதிப்பார். தன்னை மதிக்க வேண்டுமென்பதற்காக அவர் கையில் இரும்பு மட்டப் பலகை வைத்துக்கொண்டே வகுப்பு எடுப்பார். எங்கள் பகுதியிலிருந்து ஒரு சில மாணவர்கள் ஆறாம் வகுப்புத் தேர்வுவரைக்கும் வருவார்கள். ஓரிருவர் ஆசிரியர் பயிற்சிவரை வருவார்கள். என் தந்தை வகுப்புக்குத் தொடர்ந்து வரமாட்டார். உருளைக்கிழங்கு சேகரிக்க வேண்டும். வைக்கோல் கொண்டு வரவேண்டும். கட்டு கட்ட வேண்டும். அதாவது, விதைத்தது – விளைந்தது – இவையெல்லாவற்றிற்கும் அவர் தேவைப்

பட்டார். தன் அண்ணனை அழைத்துக்கொண்டு பள்ளிக்குத் திரும்பி வரும்போது, ஆசிரியர் "உன் பெற்றோர்கள் அவர்களைப் போலவே நீங்களும் வறுமையில் வாட நினைக்கிறார்கள்!" என்று கடிந்துகொள்வார். ஒருவாறாக, படிக்கவும் தப்பில்லாமல் எழுதவும் கற்றுக்கொண்டார். அவருக்குப் படிக்க ஆசைதான். ('படிப்பது' என்று பொதுவாகச் சொல்வார்கள் – குடிப்பது, சாப்பிடுவது என்று சொல்வதுபோல்.) மனித முகங்கள், விலங்குகள் முதலியவற்றைச் சித்திரமாக வரைவார். பன்னிரண்டாவது வயதில் ஆறாம் வகுப்பில் இருந்தார். என் தாத்தா அவரைத் தான் வேலை செய்த பண்ணையிலேயே வேலைபார்க்க, பள்ளிக் கூடத்தை விட்டு வெளியேற்றினார். ஒரு வேலையும் செய்யாத அவருக்குச் சாப்பாடு போட முடியாது – "யோசித்துச் செய்யும் முடி வல்ல. எல்லோருக்கும் பொதுவான விதிதான்."

என் தந்தை வாசித்த ஒரு புத்தகத்தின் பெயர் *பிரான்சைச் சுற்றிவரும் இரு குழந்தைகள்*. அதில் வினோதமான வாக்கியங்கள் வரும். உதாரணமாக:

எப்போதும் மகிழ்ச்சியாக இருக்கக் கற்றுக்கொள்ள வேண்டும். (ப.186, 26ஆம் பதிப்பு)

உலகில் மிகவும் அழகானது ஏழைகளிடம் காட்டும் பரிவு (ப.11).

ஒற்றுமையான குடும்பம்தான் செல்வத்திலெல்லாம் உயர்ந்த செல்வம் உடையது (ப.260).

செல்வர்க்கழகு மற்றவர் துன்பத்தைப் போக்குவது (130).

ஏழைப் பிள்ளைகளுக்குத் தரப்பட்டிருக்கும் மிகவும் உன்னதமான பரிந்துரை இதோ:

சுறுசுறுப்பானவன் ஒரு நிமிடத்தைக்கூட வீணாக்க மாட்டான். அன்றைய நாளின் இறுதியில், ஒவ்வொரு மணிநேரமும் அவனுக்கு ஏதோ ஒரு லாபம் வந்திருப்பது புரியவரும். மாறாக, தன் வேலையை உதாசீனப்படுத்தி, ஒத்திப் போடுபவன் தூங்குவான். எல்லா இடத்திலும் தன்னை மறந்துவிடுவான். உண்ணும்போதும், உறங்கும்போதும், உரையாடும்போதும் அவன் தன்னை மறப்பதுண்டு. நாள் முடிந்துவிடும். அவன் ஒன்றும் செய்யவில்லை என்பது தெரியவரும். மாதங்களும் வருடங்களும் உருண்டோடும். முதுமை வந்துவிடும். ஆனால், அவன் தொடக்கப் புள்ளியிலேயே இருப்பான்.

அந்த ஒரு புத்தகத்தைமட்டுமே அவர் நினைவில் வைத்திருந்தார். "அது சொல்வதில் உண்மை இருக்கிறது" என்பார்.

அவர் காலை ஐந்து மணிக்கெல்லாம் மாடு கறக்க ஆரம்பித்துவிடுவார். பிறகு, கொட்டிலைச் சுத்தம் செய்வார்.

குதிரைகளுக்குக் கட்டுப் போடுவார். மாலையிலும் மாடு கறப்பார். அதற்குக் கூலியாக, உணவும், உடையும், கொஞ்சம் பணமும் கொடுப்பார்கள். கொட்டிலுக்கு மேல் பகுதியில் வைக்கோல் திண்டில், போர்வை எதுவுமில்லாமல் படுத்துக்கொள்வார். விலங்குகள் கனவு காணும். இரவு முழுதும் கால்களால் தரையைத் தட்டும். அவர் தன் பெற்றோரின் வீட்டைப் பற்றி நினைத்துப் பார்ப்பார். அங்குப் போவதற்கு அவருக்கு அப்போது அனுமதி இல்லை. அவருடைய சகோதரிகளில் ஒருத்தி வீட்டு வேலை செய்து வந்தாள். அவள் எப்போதாவது தன் மூட்டை முடிச்சுகளோடு வாசலில் வந்து நிற்பாள். பேசமாட்டாள். தாத்தா திட்டுவார். அவள் எதுவும் சொல்ல மாட்டாள். அன்று மாலையே தாத்தா அவளைத் திட்டிக்கொண்டே அழைத்துபோய் வேலை செய்யும் இடத்தில் விட்டுவிட்டு வருவார்.

என் தந்தை கலகலப்பானவர். அவருக்கு விளையாட்டுப் புத்தி. எப்போதும் ஏதாவது ஒரு கதை சொல்லிக்கொண்டிருப்பார். கோமாளித்தனம் பண்ணுவார். அவர் வயதுள்ளவர் வேறெவரும் பண்ணையில் இல்லை. ஞாயிற்றுக் கிழமை தன் சகோதரனுடன் – அவரும் பண்ணையாள்தான் – தேவாலயப் பூசைக்கு உதவியாக இருப்பார். அடிக்கடி சில 'கோஷ்டிகளோடு' சேர்ந்து நடனமாடுவார். தன்னுடைய பள்ளித்தோழர்களைச் சந்திப்பார். எப்படியோ மகிழ்ச்சியாக இருந்தார் – இருந்துதான் ஆகவேண்டும்.

பட்டாளத்தில் சேர அழைப்புவரும்வரை அவர் பண்ணையில்தான் வேலை செய்தார். வேலை செய்யும் நேரம் சரியாகக் கணக்கிடப்படவில்லை. பண்ணையார்கள் மிச்சம் பிடிக்க ஆரம்பித்தார்கள். ஒரு நாள், பண்ணையில் வேலை செய்த முதியவருக்கு பரிமாறப்பட்ட மாட்டுக் கறி தட்டில் நகர்ந்தது. கறியில் நிறைய புழுக்கள். முதியவர் எழுந்து தங்களை நாய்கள் போல் நடத்தாதீர்கள் என்று கத்தினார். வேறு கறி பரிமாறப்பட்டது. "இது பொட்டம்கின் போர்க்கப்பலல்ல" என்று முனகினார்.

காலையிலும் மாலையிலும் மாடு கறத்தல், அக்டோபர் மாதத் தூறலில் நனைதல், ஆப்பிள்களைக்கொண்டுபோய் ஆலையில் சேர்த்தல், கோழிகளின் எச்சத்தை மண்வெட்டி நிறைய கொண்டுபோய்க் கொட்டுதல், பசி தாகத்தால் வாடுதல் – இவையெல்லாம் நிகழ்ந்தன. அதே சமயம், விசேஷ தினங்களும் உண்டு. விதவிதமான உணவுகளையும் சுவைத்தனர். திரும்பத் திரும்ப வரும் பருவகாலங்கள், எளிமையான மகிழ்ச்சி தரும் தருணங்கள், வயல்களின் அமைதி – இவையெல்லாமும் இருந்தன. ஆனால், என் தந்தை மற்றவர்கள் நிலத்தில் வேலைபார்த்தார். அதன் அழகை ரசித்ததில்லை. தாய் மண் சார்ந்த தொன்மங்களெல்லாம் அவருக்குத் தெரியாது.

முதல் உலகப்போரின்போது, பண்ணையில் வயோதிகர்களும், என் தந்தையைப் போல் சில இளைஞர்களும் மட்டுமே இருந்தனர். அவர்களுக்குச் சில சலுகைகள் கிடைத்தன. என் தந்தை படைகள் முன்னேறுவதைச் சமையலறையில் மாட்டிவைக்கப்பட்டிருந்த வரைபடத்தில் பார்த்துக் கொண்டுவந்தார். சில மோசமான பத்திரிகைகள் படித்தார். Y–இல் திரைப்படம் போய்ப் பார்த்தார். எல்லோரும் திரையில் ஓடும் துணைத் தலைப்புகளைச் சத்தம்போட்டுப் படிப்பார்கள். பலரால் அவற்றை முழுவதுமாகப் படிக்க முடியவில்லை. அவர் சகோதரர் விடுமுறையில் திரும்பி வரும்போது, அவர் கற்றுக்கொண்டு வந்த கொச்சை வார்த்தைகளை என் தந்தை கற்றுக்கொண்டார்.

பெண்களெல்லாம் மற்றவர் காயவைத்த துணிகளைப் பார்ப்பார்கள். ஏதாவதொரு துணி குறைகிறதா என்று கவனிப்பார்கள்.

போர், மாற்றங்களைக்கொண்டு வந்தது. கிராமத்தில் ‘யோயோ’ விளையாடினர். பிராந்திக்குப் பதில் ஒயின் சாப்பிட்டார்கள். ‘பால்’ நடனங்களில் பெண்கள் பண்ணையிலிருந்து வரும் பையன்களைத் தவிர்த்தனர். காரணம், அவர்கள் மீது எப்போதும் பண்ணையின் நெடி வீசிக்கொண்டிருக்கும்.

படைப்பிரிவில் சேர்ந்தபோதுதான், என் தந்தைக்கு வெளியுலகம் தெரிய வந்தது. பாரிஸ், மெட்ரோ, லொரேன் நகரம், எல்லோரும் சமமென்பதை பறைசாற்றும் சீருடை, எங்கெங்கெங்கிருந்தோ வந்த நண்பர்கள், ஒரு கோட்டையைவிட பெரிதான இராணுவக் கூடம் – இவையெல்லாம் அவருக்குப் புது அனுபவம். தன்னுடைய வீணான பற்களுக்குப் பதில் ஒரு பல் செட் வாங்கிக்கொண்டார். தன்னை அடிக்கடி புகைப்படம் எடுத்துக்கொண்டார்.

திரும்பி வந்ததும், அவர் விவசாயத்தை விட்டுவிடத் தீர்மானித்தார். அதே சமயம் அறிவை வளர்த்துக்கொள்ளும் துறைகளையும் தேவையற்றவை என்று விலக்கிவிட்டார்.

○○○

மீதமிருந்தது ஆலைத் தொழிலாளி வேலைதான். போர் முடிந்ததும், Y. . . தொழில்மயமாகத் தொடங்கியது. என் தந்தை இன்னும் கயிறு நெய்யும் தொழிற்சாலையில்தான் இருந்தார். அதில் பதின்மூன்று வயதிலேயே சிறுவர்களையும் சிறுமிகளையும் வேலைக்குச் சேர்த்துக்கொண்டனர். காற்று, மழையில் அடிபடாத பொருத்தமான வேலை. கழிவறைகளும், துணிமாற்றிக்கொள்ளும் இடங்களும் ஆண்களுக்கும்

பெண்களுக்கும் தனித்தனியாக இருந்தன. வேலை நேரமும் நிர்ணயிக்கப்பட்டிருந்தது. மாலையில் சங்கு ஊதியதும், அவருக்குச் சுதந்திரம் கிடைத்துவிடும். அவர் மீது மாட்டுப் பண்ணை நெடி இருக்காது. ஒருவாறாக முதல் தொழிலிலிருந்து வெளியில் வந்துவிட்டார். ருவான், ஆவ்ர் போன்ற நகரங்களில், அதிகச் சம்பளத்துடன் வேலை கிடைத்தது. ஆனால் குடும்பத்தை விட்டும் – தனியாக இருக்கும் தாயை விட்டும் பிரிய வேண்டி இருக்கும். நகரங்களில் மோசமான பேர்வழிகளை எதிர்கொள்ள வேண்டி இருக்கும். அவருக்குத் துணிவு இல்லை. எட்டு ஆண்டு களாக கிராமப் புறத்தில் விலங்குகளோடு வாழ்ந்து அலுத்து விட்டது அவருக்கு.

அவர் தொழில் முனைப்புடன் இருந்தார். அதாவது, சோம்பேறியாக இல்லை, குடித்துவிட்டுக் கும்மாளம் போடுபவராக இல்லை. திரைப்படம், சார்லெஸ்டன் எனும் அமெரிக்க நடனம் ஆகியவற்றோடு நிறுத்திக்கொண்டார். ‘பார்’களுக்குப் போவதில்லை. தொழிற்சங்கம், அரசியல் என்று சுற்றவில்லை. உயரதிகாரிகளிடம் அவருக்கு நல்ல பெயர். ஒரு சைக்கிள் வாங்கிக்கொண்டார். ஒவ்வொரு வாரமும் கொஞ்சம் பணம் சேர்த்து வைப்பார்.

இதன் காரணமாகத்தான், என்னுடைய தாயாருக்கு அவர் மீது ஈர்ப்பு ஏற்பட்டிருக்க வேண்டும். தாவர வெண்ணெய் தயாரிக்கும் ஆலையில் வேலை பார்த்தவள் அவரைக் கயிறு திரிக்கும் தொழிற்சாலையில் சந்தித்திருக்கிறாள். அவருக்குச் செம்பட்டைத் தலைமுடி. நீலநிறக்கண்கள். சற்று உயரமானவர். கொஞ்சம் கௌரவம் பார்ப்பவர். “என் கணவரைப் பார்த்தால் ஒரு தொழிலாளி மாதிரி தெரியாது” என்று அவள் சொல்வதுண்டு.

அவளோ தந்தையை இழந்துவிட்டவள். என்னுடைய பாட்டி தன் ஆறு பிள்ளைகளில் கடைக்குட்டிப் பிள்ளைகளை வளர்த்து ஆளாக்கும் பொருட்டு, வீட்டில் துணி நெய்வாள், துணி துவைப்பாள், துவைத்த துணிகளைச் சலவைசெய்வாள். என் தாய் தன் சகோதரிகளுடன் ரொட்டிக் கடைக்குச் சென்று ஒரு தொன்னையில் ரொட்டித் துகள்கள் வாங்கி வருவாள். ஆனால், என் பெற்றோர்கள் அடிக்கடி சந்திப்பதைப் பாட்டி விரும்பவில்லை. தன் பெண்களைவிட்டு அவ்வளவு சீக்கிரம் பிரிவதை அவள் விரும்பவில்லை. ஒவ்வொரு தடவையும் ஒருத்தி பிரியும்போது அவளுக்கு வரும் வருமானத்தில் ஒரு பங்கு போய்விடும்.

என் தந்தையின் சகோதரிகள் வசதியான குடும்பங்களில் வீட்டு வேலை செய்து வந்தார்கள். அவர்கள் என் தாயைக் குறைவாகப் பார்த்தார்கள். ஆலையில் வேலை செய்யும்

பெண்களுக்குத் தங்கள் படுக்கைகளைச் சரியாகப் போடத் தெரியாது என்றும், பையன்களை வசப்படுத்தத் தெரியாது என்றும் நினைத்தனர். கிராமத்தில் அவளது நடையுடை பாவனையை ஏற்றுக்கொள்வதில்லை. பத்திரிகை விளம்பரங் களை அப்படியே பின்பற்றுவாள் என்று ஒரு குற்றச் சாட்டு உண்டு; குட்டைப் பாவாடை அணிவாள். கண்களுக்கு மை தீட்டிக்கொள்வாள். நகங்களுக்கு வண்ணம் பூசிக்கொள்வாள். அவள்தான் கிராமத்தில் முதன் முதலில் முடியைக் கட்டையாக வெட்டிக்கொண்டவள். அவளுடைய சிரிப்பு சத்தமான குபீர் சிரிப்பு. யார் எது சொன்னாலும் அவள் ஒருபோதும் கழிவறை யில் தன்னை அலங்கரித்துக்கொள்ள போகமாட்டாள். ஞாயிறன்று தவறாமல் தேவாலயம் செல்வாள். தன் ஆடைகளில் அவளே பூவேலை செய்வாள். தன் போர்வைகளில் அவளே ஓரம் அடிப்பாள். அவள் எதையும் வெளிப்படையாகப் பேசும் ஒரு துடிப்பான உழைப்பாளி. “நான் மற்றவர்களைவிட எந்த விதத்திலும் குறைந்தவளல்ல,” என்று அடிக்கடி சொல்வாள்.

அவளுடைய கல்யாணப் புகைப்படத்தில், அவள் முட்டிக்கால் வெளியில் தெரியும். அவள் நெற்றியில் பாதியை மறைத்திருக்கும் துணியின் கீழ் அவள் கூர்மையான பார்வை புகைப்படக் கருவியை உற்று நோக்கும். அப்போது அவள் பிரபல நடிகை சாரா பெர்னார்ட் போலிருப்பாள். அவளருகில் என் தந்தை சிறு மீசையுடனும், எடுப்பான வெள்ளைக் காலருடனும் நிற்பார். இருவரில் ஒருவர் முகத்தில் கூட புன்னகையைப் பார்க்க முடியாது.

அவளுக்குப் பாலுணர்வு பற்றிப் பேசுவது பிடிக்காது. அவர்கள் எல்லோர் முன்னிலையிலும் தொட்டுக்கொள்ள மாட்டார்கள், அன்பை வெளிப்படுத்திக்கொள்ள மாட்டார்கள். ஏதோ ஒரு கடமைக்காக அவர் அவள் முகத்தில் ஒரு இலேசான முத்தம் பதிப்பார். சில சாதாரண விஷயங்களைப் பற்றிப் பேசும்போதுதான் அவளை நேராகப் பார்த்துப் பேசுவார். அவளோ தலைகுனிந்துகொண்டு வரும் புன்னகையை அடக்க முயற்சிப்பாள். அவர் அவளிடம் தன் பாலுணர்வை மறைமுகமாகத் தெரிவித்தார் என்பது எனக்கு வயதானபோதுதான் தெரியவந்தது. குடும்ப விழாக்களில், அவர் ‘காதல் மொழி பேசு’ என்பார். அவளோ, ‘இதோ உன்னைக் காதலிக்கும் என் உடல்’ என்ற உருக்கமான பாடலை முணுமுணுப்பாள்.

‘ஒரு பெண்ணிடம் மயங்கிக் கிடக்காமல் இருப்பதுதான் உன் பெற்றோரின் வறுமையை மீண்டும் உருவாக்காமலிருக்கும் ஒரே வழி’ என்ற உண்மையை உணர்ந்துகொண்டார். Y–

நகரில் கூட்டுக் குடியிருப்பு ஒன்றில் ஒரு வீட்டை வாடகைக்கு எடுத்துக்கொண்டார்கள். கொல்லைப் புறப் பகுதியை மற்ற குடித்தனக்காரர்களும் பகிர்ந்து கொண்டார்கள். கீழ்த்தளத்தில் இரண்டு அறைகள். மேல்தளத்தில் இரண்டு அறைகள். 'மாடியில் படுக்கை அறை' என்பது என் பெற்றோர்களிடம் ஒரு கனவாக இருந்தது. அதுவும் என் அம்மாவிற்கு அது அதிமுக்கியத்துவம் வாய்ந்த ஒன்றாகிவிட்டது. என் தந்தையின் சேமிப்பை வைத்துக்கொண்டு தங்களுக்குத் தேவையான அனைத்தையும் – முக்கியமாக, சாப்பாட்டு அறைக்குத் தேவையான சாமான்கள், படுக்கை அறையில் நிலைக் கண்ணாடி பொருத்திய ஒரு அலமாரி ஆகியவற்றை – வாங்கிக்கொள்ள முடிந்தது, ஒரு பெண் குழந்தை பிறந்தது. என் அம்மா வேலைக்குப் போவதை நிறுத்திவிட்டாள். அவளுக்கு அலுத்துவிட்டது. அப்பா கயிறு தொழிற்சாலையை விட்டுவிட்டு, கொஞ்சம் அதிக வருமானம் தரும் வேலையைத் தேடிக்கொண்டார் – வீடுகட்டும் நிறுவனத்தில்.

ஒரு நாள் என் தந்தை கூரையிலிருந்து கீழே விழுந்து பேச்சு மூச்சு இல்லாமல் அவரை வீட்டுக்குக்கொண்டு வந்தபோது, என் அம்மாவுக்கு வியாபாரத்தில் ஈடுபடலாம் என்ற யோசனை தோன்றியது, சாப்பாட்டில் சிக்கனம் கடைப்பிடித்தார்கள். அதிக முதலீடு செய்யாமலும், சிறப்புத் தகுதி எதுவும் இல்லாமலும் தொடங்கக் கூடிய ஒரே வியாபாரம் பொருட்களை வாங்கி விற்பதுதான். நிறைய பணம் தேவைப்படாது, ஏனென்றால் அதிக வருமானமும் கிடைக்காது. ஞாயிறன்று, சைக்கிளில் சென்று அருகில் இருக்கும் உணவகங்களுக்கும், கிராமப்புறப் பலசரக்குக் கடைகளுக்கும் சென்று விசாரித்துக்கொள்வார்கள். சுற்றுப் புறத்தில் அவர்களுக்குப் போட்டி இருக்கிறதா என்று தெரிந்து கொள்வார்கள், ஏனென்றால், இருப்பதையும் இழந்து விட்டு, மீண்டும் ஆலைத்தொழிலுக்குப் போக நேரிடுமோ என்ற பயம் அவர்களுக்கு இருந்தது.

லெ ஆவ்ர் என்னும் நகரிலிருந்து முப்பது கி.மீ தூரத்தில் L. . . என்று ஒரு சிறு நகரம் இருக்கிறது. அங்கு குளிர்காலத்தில் பகல் முழுவதும் – அதிலும் குறிப்பாக 'வல்லே' என்னும் பகுதியில்– மூடு பனி காணப்படும். அது ஆற்றை ஒட்டியிருக்கும் ஒரு குறுகலான பகுதி. பஞ்சாலையைச் சுற்றி உருவாகிய ஒரு தொழில் நகரம். 1950கள்வரை அது ஒரு முக்கியமான இடமாக இருந்தது. 'தெழெனெத்தே' குடும்பச் சொத்தாக இருந்ததைப் பின்னர் 'புஸ்ஸாக்' குடும்பம் கையகப் படுத்தியது. அங்குப் பள்ளிப் படிப்பு முடிந்ததும், பெண்கள் துணி நெய்யத் தொடங்கி விடுவார்கள். குழந்தைகளைப் பார்த்துக்கொள்ள குழந்தைகள் காப்பகம் இருந்தது. அது அதிகாலை ஆறு மணியிலிருந்தே

திறந்திருக்கும். முக்கால்வாசி ஆண்கள் துணி நெய்யும் ஆலையில் வேலை செய்தார்கள். அவ்வூர் கடைக்கோடியில், ஒரே ஒரு பல சரக்குக் கடை இருந்தது. அதன் கூரை தாழ்வாக இருந்தது. கையை உயர்த்தினால் தொட்டுவிடலாம். நண்பகலில்கூட மின்சாரம் தேவைப்பட்டது. கழிவறை நேராக ஆற்றோடு இணைக்கப் பட்டிருந்தது. அவர்களுக்கு வசதி தேவைதான், ஆனால், வாழ்வது அதைவிட முக்கியமாகிவிட்டது.

அந்த வியாபாரத்தைத் தொடங்கக் கடன் பெற்றனர்.

தொடக்கத்தில், அந்த இடம் பணம் கொழிப்பதாகத் தோன்றியது. ஆகையால், கடை முழுவதும் உணவுப்பொருட்களும் குளிர்பானங்களும் நிரம்பி வழிந்தன. அதிக உழைப்பில்லாமல், பணம் வந்துகொண்டிருந்தது. பொருட்களை வாங்கி அடுக்கினார்கள். கணக்குப் பார்த்தார்கள். இலாபம் இருந்தது. மாலையில் நிம்மதியாகப் பெருமூச்சுவிட்டார்கள். தொடக்கத்தில், யாராவது ஒரு வாடிக்கையாளர் மணியடித்தால் போதும். எகிறிக் குதித்து ஓடி வழக்கமான கேள்விகள் கேட்டுவிட்டு, ‘பிறகு என்ன வேண்டும்’ என்பார்கள். அவர்களை ‘முதலாளி’, ‘முதலாளி அம்மா’ என்றழைத்தார்கள். அது அவர்களுக்கு வேடிக்கையாக இருந்தது.

அவர்களுக்குச் சந்தேகம் வர ஆரம்பித்தது. வாடிக்கையாக வரும் ஒரு பெண்மணி, பையில் வேண்டிய சாமான்களை யெல்லாம் வாங்கிக்கொண்டு, “இப்போது கொஞ்சம் கஷ்டமாக இருக்கிறது. சனிக்கிழமை பணம் கொடுக்கலாமா?” என்று மெதுவாகக் கேட்டாள். அவளைத் தொடர்ந்து மேலும் சிலர் கடன் சொல்ல ஆரம்பித்தார்கள். கடன் கொடுப்பதா அல்லது திரும்பி ஆலைத் தொழிலுக்குப் போவதா என்னும் கேள்வி எழுந்தது. கடன் கொடுப்பதே மேல் என்று தீர்மானித்தனர்.

நிலைமையைச் சமாளிக்க ஆடம்பரத்தைத் தவிர்க்க வேண்டியதாயிற்று. ஞாயிற்றுக் கிழமை தவிர, மற்ற நாட்களில் பழச்சாறு அல்லது டின்னில் அடைக்கப்பட்ட உணவுப் பொருட்கள் ஆகியவற்றைத் தவிர்த்தார்கள். அதனால், குடும்பத்தில் உரசல் ஏற்பட்டது. இவ்வளவு நாள் வசதியாக இருக்கிறோம் என்ற எண்ணத்தை உருவாக்கி விட்டு, இப்போது இழுத்துப் பிடிக்க வேண்டியதாயிற்று. முதலுக்கு மோசம் வந்துவிடுமோ என்ற அச்சம் அவர்களைக் கவ்விக்கொண்டது.

○○○

அந்தக் காலத்தில், குறிப்பாகக் குளிர்காலத்தில் நான் பள்ளிக்கூடம் விட்டு ஏதாவது சாப்பிடும் பொருட்டு மூச்சுத் திணற வீட்டுக்கு ஓடிவருவேன். வீட்டில் ஒரு விளக்குக்கூட

எரியாது. என் பெற்றோர் இருவரும் சமயலறையில் இருப்பார்கள். அப்பா மேசைமீது உட்கார்ந்து சன்னல் வழியே பார்வையைச் செலுத்திக்கொண்டிருப்பார். அம்மா 'காஸ் குக்கர்' அருகில் நின்றுகொண்டிருப்பாள். ஒரு மயான அமைதிதான் என்னை வரவேற்கும். அவ்வப்போது இருவரில் ஒருவர் "இதை விற்றுவிட வேண்டி இருக்கும்" என்று சொல்வதுண்டு. என் வீட்டுப் பாடங்களைப் படிக்க மனம் வராது. வாடிக்கையாளர்கள் கூட்டுறவு அங்காடி போன்ற இடங்களுக்குப் போய்க் கொண்டிருந்தார்கள். அந்தச் சமயம் பார்த்து யாராவது ஓர் ஏமாளி வாடிக்கையாளர் உள்ளே நுழைந்தால், அவர் பரிதாபப்பட்டு வருவது போல் இருக்கும். வேண்டாவெறுப்பாக அவரை வரவேற்று, மற்ற வாடிக்கையாளர்களிடமிருந்து வசூலிப்பதை அவரிடமிருந்து கறந்துவிடுவார்கள். உலகம் எங்களைக் கைவிட்டுவிட்டது.

கணக்குப்போட்டுப் பார்த்தபோது, ஒரு சிறு உணவகத்தி லிருந்தும், பலசரக்குக்கடையிலிருந்தும் வரும் வருமானம் ஒரு ஆலைத்தொழிலாளிக்குக் கிடைக்கும் சம்பளத்தைவிட அதிகமானது இல்லை. என் தந்தை பாஸ்–சேன் என்னுமிடத்தில் ஒரு கட்டுமான நிறுவனத்தில் வேலையில் சேர்ந்தார். அங்குத் தண்ணீர் அதிகம். ஆனால், நீந்தத் தேவையில்லை. அவர் பெரிய ரப்பர் செருப்பு அணிந்து வேலையில் ஈடுபடுவார். பகல் வேளையில், வியாபாரத்தை அம்மா கவனித்துக் கொள்வாள்.

அவர் தொழிலாளியாகவும் கடை உரிமையாளராகவும் இருந்தார். வாழ்க்கையில் தனிமையும் நம்பிக்கையின்மையும் சேர்ந்துகொண்டன. அவர் எந்தச் சங்கத்திலும் சேரவில்லை. வலது சாரி சங்கமென்றால் ஊர்வலம் போக வேண்டும். இடதுசாரி சங்கமென்றால், வேலைக்கு வேட்டு வைப்பார்கள். அவருடைய எண்ணங்களைத் தனக்குள்ளேயே வைத்துக் கொள்வார். தொழிலில் கண்ணும் கருத்துமாக இருக்கும்போது அரசியல் சாயம் தேவையில்லை.

கொஞ்சம் கொஞ்சமாக, அவர்களுக்கென்று ஒரு இடத்தைப் பிடித்துக்கொண்டார்கள். வறுமைக் கோட்டுக்கு மேல் இருந்தார்கள் – ஆனால், மிகச் சிறிய அளவில்தான். கடன் கொடுத்ததால், பெரிய தொழிலாளர்கள் குடும்பங்களும், கையில் காசில்லாமல் தவிக்கும் குடும்பங்களும் அவர்களைச் சுற்றிச் சுற்றி வந்தன. வறுமையில் வாடுபவர்கள்தான் அவர்களைப் புரிந்துகொண்டு, அவர்களுக்கு உறுதுணையாக நிற்பார்கள் என்பது அவர்களுக்குப் புரிந்துவிட்டது. அது அவர்களுக்கு ஒரு வெற்றியாகவும் தோன்றியது. இருப்பினும், அவ்வப்போது

காசில்லாமல் வருபவர்களைக் கடிந்து கொள்வதைத் தவிர்க்கவில்லை. வாரக்கடைசியில் காசில்லாத ஒரு தாய் தன் பிள்ளையை அனுப்பிப் பொருட்கள் வாங்கிவரச் சொன்னால், அம்மா அவனிடம் "உன் அம்மாவிடம் பணம் கொடுக்கச் சொல், இல்லையேல் அடுத்த முறை என்னால் ஒன்றும் செய்ய முடியாது" என்று சொல்லி அனுப்புவாள். கடன் வாங்கியவர்களும் தங்களுக்கு இழுக்கு நேராத வண்ணம் பார்த்துக்கொள்வார்கள்.

அம்மா தூய வெள்ளை கோட்டு அணிந்து கொண்டு, ஒரு கடை உரிமையாளர் எப்படி இருக்க வேண்டுமோ அப்படி இருப்பாள். வியாபார நேரத்தில், அப்பா நீல மேலாடை உடுத்திக்கொண்டு வியாபாரம் செய்வார். மற்ற பெண்களைப் போல், அம்மா "இதை வாங்கினால், அல்லது அங்குப் போனால், அவர் கோபித்துக்கொள்வார்" என்றெல்லாம் சொல்ல மாட்டாள். அப்பா சண்டைக்காலத்தில் கோவிலுக்குப் போவதை நிறுத்திவிட்டார். விவசாயத் தொழிலாளி அல்லது ஆலைத் தொழிலாளிபோல் நடந்துகொள்ளும் பழக்கங்கள் அவரிடம் உண்டு. அதையெல்லாம் அவள் எதிர்ப்பதால்தான் இருவருக்கும் சண்டை வரும். சரக்குப் பட்டுவாடா, கணக்கு வழக்குகள் ஆகியவற்றையெல்லாம் அவர் அம்மாவின் பொறுப்பில் விட்டுவிடுவார். அவள் தனக்கான சமூக எல்லைகளைத் தாண்டி அங்கும் இங்கும் சென்றுவருபவளல்ல. அவர் அவளை மெச்சுவதுண்டு. "தனக்கு வாயுத்தொல்லை இருக்கிறது" என்று அவள் சொல்லும்போது அவளைக் கேலிசெய்வதும் உண்டு.

அவருக்கு ஸ்டாண்டர்ட் ஆயில் சுத்திகரிப்பு ஆலையில் வேலை கிடைத்தது. முறை மாற்று வேலை. இரவில் பணி. பகலில் வாடிக்கையாளர்கள் வந்து போவதால் சரியாகத் தூங்க முடியாது. அவர் முகம் வீங்கியதுபோல் இருந்தது. எரி எண்ணெய்யின் நாற்றம் அவர் மீது வீசிக்கொண்டிருக்கும். அது அவர் உள்ளேயும் புகுந்துவிடும். அவருக்கு அதுவே உணவாகிவிட்டது. சாப்பிடுவதை நிறுத்திவிட்டார். சம்பளம் உயர்வு இருந்தது. எதிர்காலமும் பிரகாசமாகத் தெரிந்தது. அற்புதமான குடியிருப்புத் திட்டம் வெளியிடப்பட்டது. வீட்டினுள்ளேயே குளியலைறை, கழிவறை எல்லாம் இருக்கும். அத்துடன் ஒரு சிறு தோட்டமும் உண்டு.

இலையுதிர்காலத்தில், அவர்கள் வாழ்ந்த 'வல்லே' பகுதியில் நாள் முழுவதும் பனி மூட்டம் இருக்கும். காற்றும் மழையும் கலந்து அடிக்கும்போது, ஆற்று நீர் பெருகி வீட்டை ஆக்கிரமிக்கும். நீர் எலிகள் வந்து புகுந்துகொள்ளும். அவற்றைத் துரத்த ஒரு எலிப்பொறி வாங்கிவைத்தார்.

"நம்மைவிட மோசமான நிலையில் பலர் இருக்கிறார்கள்" என்று சொல்லிக்கொள்வார்.

1936ஆம் வருடம் ஒரு கனவு வருடம். பல சாதனைகள் புரியும் ஒரு புதிய அரசியல் அமைப்பு உருவாகியது. அதைக் கண்டு வியந்தபோதும், அது நீண்ட நாள் நிலைபெறாது போய்விடுமோ என்ற எண்ணம் அவருக்குக் கவலையை ஏற்படுத்தியது.

வியாபாரத்தைக் கைவிடவில்லை. கடை எப்போதும் திறந்திருந்தது, அவருக்குச் சம்பளத்தோடுகூடிய விடுமுறைகள் கிடைக்கும்போதெல்லாம் அவர் கல்லாவில் இருப்பார். குடும்பத்திற்குத் தேவையானவையெல்லாம் கிடைத்தன. ரயில்வே தொழிலாளர்களாக அல்லது பாய்லர் பழுதுபார்ப்பவர்களாக இருந்த சொந்த பந்தங்களுக்கெல்லாம் என் பெற்றோர்கள் தங்களுக்குக் கிடைத்த வசதி வாய்ப்புகளை வெளிப்படையாகக் காண்பித்தனர். ஆனால், அவர்களோ முதுகுக்குப் பின்னால், 'புதுப்பணக்காரர்கள்' என்று கேவலமாகப் பேசினர்.

அவர் குடிப்பதில்லை. தன் அந்தஸ்தைக் காப்பாற்றிக் கொள்வதில் கண்ணும் கருத்துமாக இருந்தார். ஆலைத் தொழிலாளி என்பதைவிட கடை முதலாளி என்னும் தகுதி பெரிதாகத் தோன்றியது. அதே சமயம், சுத்திகரிப்பு ஆலையில் அவருக்கு ஃபோர்மேனாகப் பதவி உயர்வும் கிடைத்தது.

○○○

நான் சொல்லும் கதை மெதுவாக நகர்கிறது. அவர் வாழ்க்கையோடு பின்னிப் பிணைந்திருக்கும் சில செய்திகளையும் தகவல் களையும் தெரிவு செய்து, கதை சொல்லும்போது என் தந்தையை விட்டு விலகிப் போகிறேன். கதையின் போக்குத் தானாக உருவாகிக் கருத்துகள் தன்னிச்சையாக வளர்கின்றன. என் தனிப்பட்ட நினைவுகளைமட்டும் இங்குக் கூறவேண்டுமானால், அவர் எப்படி இருந்தார் என்பது என் மனக்கண் முன் நிற்கின்றது. அவர் சிரிக்கும் விதம், நடக்கும் விதம், என் கையைப் பிடித்துக்கொண்டு சந்தைக்குச் சென்று பிரம்மாண்ட குடைராட்டினத்தைக் காட்டி அச்சமூட்டிய விதம் எல்லாம் நினைவுக்கு வருகின்றன. அவற்றைப் பற்றி எழுதும்போது, அவரை அவரது சமூகத்தோடு இணைக்கும் தொடர்புகளை மறந்துவிடுகிறேன். ஒவ்வொரு முறையும் இதுபோன்ற மனப் போராட்டம் எழுகிறது. ஒவ்வொரு முறையும் தற்சார்பு நிலையின் பிடியிலிருந்து தப்பிக்க வேண்டியிருக்கிறது.

அதன் காரணமாக, இப்புத்தகத்தை மனம்போன போக்கில் எழுத முடியாதது வருத்தமாய் இருக்கிறது. நான் கேள்விப்பட்ட வார்த்தைகளையும் வாக்கியங்களையும் அப்படியே குறிப்பிட

வேண்யிருக்கிறது. சமயத்தில், அவற்றைச் சாய்வு எழுத்துகளில் குறிப்பிடுகிறேன். நான் வாசகர்களோடு இரட்டை அர்த்தத்தைப் பகிர்ந்துகொண்டு, அவரிடம் ஒரு நம்பகத்தன்மையை ஏற்படுத்த நினைக்கவில்லை. அந்த உத்தியை முரண்தொடை, அவலச்சுவை, ஏக்க உணர்வு ஆகிய ஏதாவது ஒன்றைக்கொண்டு விலக்கிவிடுவேன். மாறாக, அவ்வார்த்தைகளையும் வாக்கியங்களையும் பயன்படுத்துவதற்குக் காரணம், அவை என் தந்தை வாழ்ந்த – நான் அவரோடு பகிர்ந்துகொண்ட – உலகத்தின் தன்மையையும், எல்லைகளையும் எடுத்துரைக்கின்றன என்பதுதான். அந்த உலகத்தில், மொழிதான் நிஜத்தை நேரடியாக எடுத்துக் காட்டும்.

ooo

அவர்களுடைய முதல் குழந்தை சிறுமியாக இருந்தபோது ஒருநாள் தொண்டை வலியோடு பள்ளிக்கூடம் விட்டு வீட்டுக்கு வந்தாள். உடலின் தட்ப வெப்பம் அதிகரித்திருந்தது. அவளுக்குத் தொண்டை அழற்சி நோய். சுற்றுப் புறத்திலுள்ள மற்றப் பிள்ளைகளைப் போல், அவளும் தடுப்பூசிப் போட்டுக்கொள்ளவில்லை. அவள் இறந்துவிட்டாள். அச்சமயம் என் தந்தை சுத்திகரிப்பு ஆலையில் இருந்தார். மரணச் செய்தி கேட்டு வீட்டிற்கு விரைந்தார். அவர் ஓலமிடுவது தெருக் கடைசியிலிருந்து கேட்டது. அவர் அதிர்ச்சியிலிருந்து பல வாரங்கள் மீளவில்லை. பின்னர் மனச் சோர்வு ஏற்பட்டு, பேசாமல்கொள்ளாமல், மேசைப் பக்கத்தில் உட்கார்ந்து சன்னல் வழியே தெருவை வெறித்துப் பார்த்துக்கொண்டிருந்தார். ஒரு சின்ன விஷயத்துக்குக் கூட தன் தலையில் அடித்துக் கொள்வார். அம்மா ஒரு கைக்குட்டையை எடுத்துக் கண்களைத் துடைத்துக்கொண்டு, வருவோர் போவோரிடமெல்லாம் "அவள் ஏழு வயதில் இறந்து போனாள் – புனிதர்கள் போல!" என்பார்.

கொல்லைப்புறத்தில், ஆற்றோரமாக எடுத்த அவருடைய புகைப்படம் ஒன்று இருக்கிறது. அதில் அவர் கம்பளிபோன்ற துணியில் அரைக்கால்சட்டையோடு இருப்பார். சட்டைக் கைகள் மடித்துவிடப்பட்டிருக்கும். தோள்கள் சற்றுத் தளர்ந்திருக்கும். கைகள் சற்று உருண்டு திரண்டிருக்கும். முகத்தில் அதிருப்தி காணப்பட்டது. ஒருவேளை புகைப்படம் எடுத்துக்கொள்வதற்குத் தயார்நிலையில் இல்லைபோலும். அவருக்கு வயது நாற்பது. புகைப்படத்தில் அவருடைய கடந்தகாலத் துன்பம் அல்லது எதிர்கால நம்பிக்கை – இப்படி எதுவும் தெரியாது. கொஞ்சம் தொப்பை, கறுப்பு முடி இருந்த இடத்தில் வழுக்கை – இதுபோன்று வயதானதற்குரிய குறியீடுகள் மட்டுமே தெரிந்தன. சில சமூகக் குறியீடுகளும் தலைகாட்டின. கைகள் விறைப்பாகத் தொங்கின.

குளியலறையும் கழிப்பறையும் பின்னணியாகத் தெரிந்தன. இவையெல்லாம் சிறு நடுத்தர வர்க்கத்தினர் பார்வையில் தவிர்க்கப்பட வேண்டியவை.

1939ஆம் ஆண்டு போர் தொடங்கும்போது இராணுவம் அவரைக் கூப்பிடவில்லை. அதற்குள் வயதாகிவிட்டது. எண்ணெய்ச் சுத்திகரிப்பு ஆலை ஜெர்மானியர்களால் தீ வைக்கப் பட்டு விட்டது. அவர் சைக்கிளில் பயணம் செய்ய ஆரம்பித்தார். அப்போது அம்மா ஆறு மாத கற்பமாக இருந்தாள். தெரிந்தவர் காரில் போய் வந்தாள். போன் – ஓத்மெர் என்னுமிடத்தில் ஒரு குண்டு வெடிப்பின்போது அப்பாவிற்கு முகத்தில் காயம் பட்டது. திறந்திருந்த ஒரே மருந்தகத்தில் அவர் சிகிச்சை பெற்றார். குண்டு வெடிப்புகள் தொடர்ந்தன. லிசிய நெடுமாடக்கோயில் படிகளிலும் அதற்கெதிரே இருந்த மைதானத்திலும் ஏராளமான அகதிகளிடையே தன் மாமியாரையும் அவரின் பெண்களையும் சந்தித்தார். அங்கு அவர்கள் பத்திரமாக இருப்பதாக நினைத்துக்கொண்டார்கள். ஆனால், அங்கும் ஜெர்மானியர் வந்து புகுந்தபோது, என் தந்தை தன் சொந்த ஊருக்குத் திரும்பினார். ஊரை விட்டுக் கிளம்ப முடியாதவர்களால் அவருடைய பலசரக்குக் கடை முற்றிலுமாகச் சூறையாடப்பட்டிருந்தது. அம்மாவும் திரும்பி வந்துவிட்டாள். அடுத்த மாதம்தான் நான் பிறந்தேன். பள்ளிக்கூடத்தில் ஏதாவது ஒரு பிரச்சினைக்கு விடை காணமுடியாவிட்டால் எங்களைச் 'சண்டை காலத்தில் பிறந்தவர்கள்' என்று கேலி செய்வார்கள்.

கிட்டத்தட்ட 1955ஆம் ஆண்டுவரை, முக்கியமான பண்டிகைகளில் கண்விழிக்கும்போது, அந்தக் காலகட்டத்தைப் பற்றி ஒவ்வொருவரும் ஒவ்வொரு கதை சொல்வார்கள். பயம், பஞ்சம், 1942ஆம் ஆண்டு குளிர்காலத்தின் கடுமை முதலியவற்றைப் பற்றி மாறி மாறிப்பேசுவார்கள். எப்படி யானாலும் வாழ்ந்தாக வேண்டியிருந்தது. ஒவ்வொரு மாதமும் முப்பது கி.மீ. சைக்கிளில்போய் மொத்த விற்பனைக் கடைகளி லிருந்து சாமான்கள் வாங்கிவருவார். ஏனென்றால் அவர்கள் தாமாகவே வீடுகளுக்கு விநியோகம் செய்வதை நிறுத்தி விட்டார்கள். 1944ஆம் ஆண்டு குண்டு மழை பொழிவது அதிகமாயிற்று. அவர் எப்போதும்போல் தொடர்ந்து பொருட் களை வாங்கிவருவார். தள்ளாதவர்களுக்கும், பெரிய குடும்பங்களுக்கும், கறுப்புச் சந்தையில் வாங்க இயலாதவர் களுக்கும், அவர் மொத்த வியாபாரிகளிடம் கெஞ்சியடித்துக் கூடுதலாகப் பொருட்கள் வாங்கி வருவார். சுற்றுப் புறத்தில் அவரை ஒரு வீரமகனாகப் பார்த்தார்கள். இதுபோல் அவர் ஆற்றிய பணியை அவராகத் தேர்ந்தெடுக்கவில்லை. அவர்

தேர்ந்தெடுக்க வேண்டிய கட்டாயத்திற்குத் தள்ளப் பட்டிருந்தார். பின்னர் அவர் நினைத்துப் பார்க்கும்போது, தான் உண்மையில் மகத்தான பணியொன்று செய்திருப்பதை உணர்ந்து, தான் போர் அனுபவத்தை முற்றிலுமாகப் பெற்றதாகத் திருப்தியடைந்தார்.

ஞாயிற்றுக் கிழமைகளில் கடையை மூடிவிட்டு, அவர்கள் காட்டுப் பக்கத்தில் உலாவச் சென்றுவிடுவார்கள். சாப்பாட்டுக்கு முட்டையில்லாத 'கஸ்டர்ட் கேக்' கள் எடுத்துச் செல்வார்கள். அப்போதெல்லாம், அப்பா என்னைத் தன் தோள்களில் சுமந்து செல்வார். பாடிக்கொண்டும் விசில் அடித்துக்கொண்டும் நடப்பார். வான்வழித் தாக்குதல்களின்போது அவர் 'பில்லியர்ட்' 'மேசைக்குக் கீழ் தன் நாயோடு பதுங்கிக்கொள்வார். அந்நாளை நினைத்துப் பார்க்கும்போது 'அதெல்லாம் விதி' என்பார். ஜெர்மானியர்களிடமிருந்து விடுதலை பெற்றபோது, அவர் எனக்குப் பிரெஞ்சு தேசிய கீதம் சொல்லிக் கொடுத்தார். கடைசி வரியில் 'ஈனப் பன்றிகள்' என்று சேர்த்துக்கொள்வார். சுற்றியிருந்த மற்றவர்கள் போல் அவர் மகிழ்ச்சியாகவும் கலகலப்பாகவும் இருந்தார். ஒரு விமானம் பறக்கும் ஓசை கேட்டால், உடனே அவர் என் கையைப் பிடித்துத் தெருவுக்கு இழுத்துச் சென்று "அதோ அந்தப் பறவையைப் பார். போர் முடிந்துவிட்டது" என்பார்.

1945ஆம் ஆண்டு பிரான்சில் நாளை நமதே என்ற நம்பிக்கை பரவலாகக் காணப்பட்டது. அவர் வல்லே'வை விட்டுக் கிளம்பத் தீர்மானித்தார். நான் அடிக்கடி நோய்வாய்ப் பட்டேன். மருத்துவர் என்னை 'செனடோரிய'த்துக்கு அனுப்ப விரும்பினார். அவர்களிடம் இருந்த பொருட்களையெல்லாம் விற்றுவிட்டு Y...க்குத் திரும்பிச்சென்றனர். அங்குக் காற்றுக்குப் பஞ்சமில்லை. அதே சமயம், நீரோடையோ ஆறோ கிடையாது. அப்படிப்பட்ட இடம்தான் என் உடல் நலனுக்கு உகந்ததாக இருந்தது. ஒரு சரக்கு லாரியின் முன் இருக்கைகளில் நாங்கள் Y...க்கு வரும்போது அங்கு அக்டோபர் மாதச் சந்தை நடந்து கொண்டிருந்தது. அந்த நகரத்தை ஜெர்மானியர்கள் தீ வைத்துக் கொளுத்தியிருந்தனர். இடிபாடுகளுக்கு இடையே கூடாரங்களும் குடை ராட்டினங்களும் அமைக்கப் பட்டிருந்தன. மூன்று மாதகாலம், உறவினர் ஒருவர் கொடுத்த வீட்டில் வசித்தோம், அது இரண்டு அறைகொண்ட வீடு. மின்விநியோகமற்றது. நாங்கள் எந்த அளவுக்கு இல்லாமையில் வாழ்ந்தோம் என்பதற்கு ஓர் எடுத்துக்காட்டு. ஒருநாள் மாலை. இருள் கவிந்துவிட்டது. எங்கள் தெருவில் ஒரே ஒரு கடையில் விளக்கொளி. அந்த விளக்கொளியில், நெகிழிப் பைகளில் விதவிதமான வண்ணங் களில் மிட்டாய்கள் தொங்கவிடப்பட்டிருந்தன. பார்த்துக்

கொண்டே இருந்தோம். அவை எங்களுக்கு அல்ல. அவற்றை வாங்குவதற்கான கூப்பன்கள் எங்களிடம் இல்லை.

○○○

ரயில் நிலையத்திற்கும் முதியோர் இல்லம் ஒன்றிற்கும் சமதூரத்தில், ஊரின் மையப் பகுதியை விட்டு விலகியிருந்த ஒரு சின்ன கடை அவர்களுக்குக் கிடைத்தது. அதில் உணவகமும் பலசரக்குக் கடையும் சேர்ந்திருந்தது. விறகும் நிலக்கரியும்கூட விற்று வந்தார்கள். என் தாயார் சிறுமியாக இருந்தபோது, அங்குச் சென்றுதான் பொருட்கள் வாங்கிவரச் சொல்வார்கள். அது ஒருகாலத்தில் பண்ணைவீடாக இருந்தது. அதனைச் செப்பனிட்டிருந்தார்கள். அதன் நீட்சியாக செங்கல்லில் ஒரு கட்டடம் கட்டி இருந்தார்கள். பின்புறத்தில் ஒரு தோட்டமும் இருந்தது. கொல்லைப் புறமும் இருந்தது. அங்கிருந்த ஆறேழு சிறு சிறு கட்டடங்களைக் கிடங்குகளாகப் பயன்படுத்திக்கொண்டிருந்தனர். பலசரக்குக் கடையிலிருந்து உணவகத்துக்குச் செல்வதற்கு ஒரு சின்ன அறை வழியாகப் போகவேண்டும். அங்கு மேல் மாடியிலுள்ள படுக்கை அறைகளுக்கும் பரணுக்கும் போவதற்கு மாடிப்படி இருந்தது. அந்தச் சின்ன அறை சமையலறையாகப் பயன்படுத்தப் பட்டபோதும், வாடிக்கையாளர்கள் அதன் வழியாகத்தான் போய்வந்தார்கள். உலர்ந்த இடத்தில் வைக்கவேண்டி சர்க்கரை, காஃபி போன்றவற்றை மாடிப்படிகளிலும் சுவர் ஓரங்களிலும் வைத்துப் பாதுகாத்தனர். கீழ்த்தளத்தில் யார் கண்ணிலும் பட முடியாமல் இருக்க முடியாது. கழிப்பறை கொல்லைப் புறத்தில் இருந்தது. ஒருவாறாகக் காற்றோட்டமுள்ள இடத்திற்கு வந்தாயிற்று.

என் தந்தையின் ஆலைத்தொழிலாளி வாழ்க்கை இத்துடன் முடிந்துவிட்டது.

அருகில் உணவகங்கள் இருந்தன. ஆனால், பலசரக்குக் கடையென்றால் அது என் அப்பாவின் கடை மட்டும்தான். நகரின் மையப்பகுதி இன்னும் இடிபாடுகளுடன்தான் இருந்தது. போருக்கு முந்தைய தின்பண்டக் கடைகளெல்லாம் சிறு சிறு மஞ்சள் குடிசைகளில் இயங்கி வந்தன. இப்போது எங்களுக்குக் கெடுதல் செய்பவர் எவருமில்லை. (இந்தச் சொற்றொடரும், மற்ற பல சொற்றொடர்கள்போலவே என் இளமைக் காலத்தோடு இணைந்திருந்தது. நன்றாக யோசித்தபின்தான் 'கெடுதல் செய்தல்' என்பது 'மிரட்டுதல்' என்னும் பொருள்கொண்டதல்ல என்று எனக்குப் புரிந்தது.) L—ல்லில் எங்கள் அக்கம் பக்கத்தில் இருந்தவர்களெல்லாம் தொழிலாளர் வர்க்கத்தைச் சார்ந்தவர்கள். ஆனால், இங்குக் கைவினைக் கலைஞர்களும் இருந்தனர்.

நடுத்தரத் தொழிற்சாலைகளிலும் காஸ் போர்டுகளிலும் வேலைசெய்து மாதச் சம்பளம் வாங்கும் தொழிலாளர்களும் இருந்தனர். அத்துடன் 'கீழ்த் தட்டு ஓய்வூதியதாரரையும்' சேர்த்துக்கொள்ள வேண்டும். இங்கு வாழும் குடும்பங்கள் தனிமைப் படுத்திக்கொள்ளும் தன்மைகொண்டவை. கல்வீடுகள் முள் வேலிகளால் பிரிக்கப் பட்டிருந்தன. ஒத்தை மாடிக் கட்டடங்கள் பின்கொல்லையைப் பங்கிட்டுக்கொண்டன. எங்கு பார்த்தாலும் சிறு சிறு காய்கறித் தோட்டங்கள் காணக்கிடந்தன.

உணவு விடுதிக்குத் தொடர்ந்து வரும் வாடிக்கையாளர்கள் உண்டு. சிலர் வேலைக்குப் போவதற்கு முன்பு, சிலர் வேலை முடித்துவிட்டு வந்த பின்பு மது அருந்துவார்கள். அவர்கள் எப்போதும் ஒரே இடத்தைத் தேர்ந்தெடுத்துக்கொள்வார்கள். கட்டுமானத் தொழிலில் வேலை செய்பவர்கள் வருவார்கள். இன்னும் சிலர் தங்கள் அந்தஸ்திற்குத் தகுந்தாற்போல் வேறொரு விடுதி கிடைக்கவில்லையே என்று அலுத்துக்கொண்டே வருவார்கள். அவர்களில் ஒருவர் ஓய்வுபெற்ற கடற்படை அதிகாரி. இன்னொருவர், தேசிய சுகாதாரத்துறை ஆய்வாளர். இவர்களெல்லாம் ஓரளவுக்கு எளிமையானவர்கள். ஞாயிற்றுக் கிழமைகளில் வரும் கும்பல் வித்தியாசமானது. பதினோரு மணிக்குக் குடும்பங்கள் கூட்டம் கூட்டமாக வரும். பெரியவர்கள் மதுவும், குழந்தைகள் பழச்சாறும் அருந்துவார்கள். மாலையில், முதியோர் இல்லத்திலிருந்து வயதானவர்கள் வருவார்கள். ஆறு மணி வரையில் அவர்கள் வெளியில் சென்றுவர அனுமதி உண்டு. அவர்கள் ஓர் அரட்டைக் கும்பல். சில சமயம் பிரபலமாகி இருக்கும் பாட்டுகளைப் பாடுவார்கள். சில சமயங்களில், போதை அதிகமாகிவிட்டால், போதை ஓரளவுக்கு அடங்கும் வரை அடுத்தடுத்த கட்டடங்களில் விரிக்கப்பட்டிருக்கும் கம்பளங்களில் படுத்துஓய்வெடுப்பார்கள். அப்போதுதான் மடத்தார் அவர்களை அனுமதிப்பர்கள். ஞாயிறன்று உணவகத்துக்கு வருவது குடும்பத்தினரைப் பார்க்கப் போவதுபோல் ஆகிவிட்டது. 'இதற்கு முன் இப்படி இல்லாதவர்களுக்கு' ஒரு சுதந்திரமான – மகிழ்ச்சியான அடைக்கலம் வழங்கும் ஒரு சமூகப் பொறுப்பை என் தந்தை உணர்ந்திருந்தார். ஆனாலும், அவர்கள் ஏன் இப்படி ஆனார்கள் என்று அவர்களால் சரியாகச் சொல்ல முடியவில்லை. இதுவரை உணவு விடுதிக்குப் போகாதவர்களுக்கு, அது ஒரு மகிழ்வுக் கூடம். அங்கு அவர்கள் வேண்டிய மட்டும் குடித்து மகிழ்வார்கள். கீழாடை உற்பத்திச் செய்யும் தொழிற்சாலையி லிருந்து வரும் பெண்கள், அங்கு வந்துதான் பிறந்த நாள், திருமண நாள், பிரிவு உபசாரம் முதலியவற்றைக்கொண்டாடுவார்கள். கடையிலிருந்து 'ஸ்பாஞ்' கேக்குகள் வாங்கி, பொங்கி வரும்

மதுவில் நனைத்துச் சாப்பிடுவார்கள். தலையை மேசைமீது சாய்த்துக்கொண்டு சத்தம் போட்டுச் சிரிப்பார்கள்.

நான் இப்போது ஒரு மென்மையான கோட்டைத் தாண்டிப் போகிறேன். மறைந்துபோன ஒரு வாழ்க்கை முறைக்கு மறுவாழ்வு கொடுக்கிறேன். பொதுவாக அந்த வாழ்க்கைமுறை கீழ்த்தரமானதாகக் கருதப்பட்டது. அந்நியப்படுத்தப்படும் உணர்வுடன் கூடியது. அதுபோன்ற வாழ்க்கைதான் எங்களுக்குச் சொந்தமானதாக இருந்தது. அது மகிழ்ச்சியைத் தந்ததென்னவோ உண்மை. ஆனாலும், அதன் எல்லைகள் எங்களை இழிவு படுத்தின. (அது எங்களுக்கு அவ்வளவு உகந்ததாக இல்லை என்று நாங்கள் உணர்ந்திருந்தோம்.) மகிழ்ச்சியையும் அந்நியப்படுத்தப் படுதலையும் ஒன்றாக எடுத்துக்காட்ட விரும்புகிறேன். ஆனால், அவை இரண்டுக்குமிடையே தள்ளாடிக்கொண்டிருக்கும் உணர்வு ஏற்படுகிறது.

○○○

வயது ஐம்பதை நெருங்கினாலும், அப்பாவிடம் இளமையைக் காண முடிந்தது. தலையை நேராக வைத்திருப்பார். புகைப்படம் எடுக்கும்போது படம் சரியாக வருமா வராதா என்ற கவலை அவர் முகத்தில் தென்படும். அவர் சூட் அணிந்திருப்பார். கறுப்பு முழுக் கால் சட்டைமீது மெல்லிய உள்ளாடை அணிந்து, அதன் மீது சட்டை போட்டிருப்பார். டைகட்டியிருப்பார். புகைப்படங்கள் ஞாயிற்றுக் கிழமையன்று எடுக்கப் பட்டன. வார நாட்களில் அவர் மேலுடை அணிந்திருப்பார். எப்படியிருப்பினும், ஞாயிற்றுக் கிழமைதான் புகைப்படம் எடுத்துக்கொள்வார். அப்போதுதான் நிறைய நேரம் இருக்கும். மேலும், நல்லவிதமாக உடுத்தி இருப்போம். நான் அவர் பக்கத்தில் அகலமான கவுனில், கைகளை விரித்து, என்னுடைய முதல் சைக்கிளில் ஒரு கால் தரையில் படும்படி உட்கார்ந்திருப்பேன். அவர் ஒரு கையை பெல்ட்டில் வைத்திருப்பார். மற்றொரு கையைத் தொங்கவிட்டுக்கொண்டிருப்பார். பின்புலனாக உணவகத்தின் திறந்த கதவும், பூக்கள் மலர்ந்திருக்கும் சன்னலும், விடுதியில் மதுவிற்பதற்கான அனுமதிப் பத்திரம் பதித்திருக்கும் பெயர்ப்பலகையும் அமைந்திருக்கும். பெருமைப் படக்கூடிய பொருட்களோடுதான் புகைப்படம் எடுத்துக்கொள்வார்கள். அவரைப் பொறுத்தவரையில், அவருடைய கடையும் சைக்கிளும்தான் முக்கியம். பின்னர் 'சித்ரோயென் 4' கார் வந்தது. அவர் ஒரு கையை அதன் மேற்பகுதியில் வைத்திருப்பார். அவருடைய பனியன் தோள்களுக்குமேல் எழும்பி இருக்கும். ஆனால், ஒரு புகைப்படத்திலும் அவர் புன்னகையைப் பார்க்க முடியாது.

எண்ணெய்ச் சுத்திகரிப்பு ஆலையில் முறைமாற்று வேலையும், எலிகள் நிறைந்த தங்குமிடத்தையும் ஒப்பிட்டுப் பார்க்கும்போது, இப்போது அவருக்கு ஒரு மகிழ்ச்சியான வாழ்க்கை என்றே சொல்லலாம்.

எங்களிடம் தேவையானவையெல்லாம் இருந்தன. அதாவது, நாங்கள் பசியில் வாடவில்லை. (எடுத்துக் காட்டாக, நாங்கள் கறிக்கடைகளில் வாரத்தில் நான்கு முறை கறி வாங்கினோம்.) நாங்கள் புழங்கிய இரண்டு அறைகள், உணவு விடுதி, சமையலறை ஆகியவை போதுமான அளவிற்குச் சூடேற்றப் பட்டிருந்தன. என்னிடம் இரண்டு செட் ஆடைகள் இருந்தன – ஒன்று, பள்ளிக்கூடத்திற்கு, மற்றொன்று விடுமுறை நாளுக்கு. பள்ளிக்கூட ஆடை பழசாகிவிட்டால், விடுமுறைக்குப் போடும் உடைகளைக் கொஞ்ச நாளைக்குப் போட்டுக்கொள்வேன். என்னிடம் இரண்டு பள்ளிச் சீருடைகள் இருந்தன. ‘இவளிடம் எல்லாமே இருக்கிறது’ என்பார்கள். வகுப்பில் நான் மற்றவர்களைவிட எந்த விதத்திலும் குறைந்தவளில்லை. பொம்மைகள், ரப்பர்கள், பென்சில் சீவும் கத்தி, குளிர்கால மேற்சுவடுகள், ஜபமாலை ரோமன் கத்தோலிக்க பிரார்த்தனைப் புத்தகம் – இதுபோல், பண்ணையார் வீட்டுப் பெண்களும், மருத்துவர் வீட்டுப் பெண்களும் வைத்திருப்பதெல்லாம் என்னிடமும் இருந்தன.

என் பெற்றோர்களால் வீட்டை அழகுபடுத்த முடிந்தது. பழையதை நினைவூட்டுவதையெல்லாம் அகற்றி விட்டனர். வெளியில் தெரியும் உத்தரங்கள், கணப்பு அடுப்பு, மர மேசைகள், வைக்கோல் திணித்த நாற்காலிகள் ஆகியவையெல்லாம் போய்விட்டன. பூப்போட்ட காகிதத்தால் கல்லா அலங்கரிக்கப் பட்டு ஜொலித்தது. மேசைகளும் முக்காலிகளும் பளிங்கு மேற்புறத்துடன் பிரகாசித்தன. உணவகம் சுத்தமாகவும் சோபையுடனும் விளங்கியது. அறைகளில் கட்டம்போட்ட கம்பளங்கள் விரிக்கப் பட்டன. அவர்களுடைய ஒரே வருத்தம் விடுதியின் முகப்பை மாற்ற முடியாமல் இருப்பதுதான். என் பள்ளி ஆசிரியை ஒருவர் அங்கு ஒரு நாள் வந்தபோது ‘என்ன அழகான வீடு’ என்று புகழ்ந்தாள். உண்மையான நார்மண்டிப் பிரதேசக்கட்டடம் என்றாள். அவர் ஒப்புக்காகச் சொன்னாரென்று என் தந்தை நினைத்தார். ஏற்கெனவே நவீனமான பொருட்கள் வாங்கி வைத்திருந்தவர்கள், எங்களிடமிருந்த பழைய பொருட்களைப் பார்த்து வியந்துபோய் அவற்றை மாற்ற வேண்டாமென்று தடுத்தனர்.

○○○

மகிழ்ச்சி நிறைந்திருந்தாலும், அதனை அடைய படும் பாட்டை நினைத்துப் புலம்பல்கள் இருக்கத்தான் செய்தன. தினந்தோறும்

ஒரே பாட்டுதான்: எனக்கு நான்கு கைகளா இருக்கின்றன? ஒன்றுக்குப் போவதற்குக் கூட ஒரு நிமிடம் கிடைப்பதில்லை. எனக்கு வரும் ஜுரத்தை நான் நடந்துகொண்டே குணப்படுத்த வேண்டியிருக்கிறது.

எல்லாம் விலையேறிப் போனபோது எவ்வாறு வாழ்க்கை போகிறது என்பதை எப்படி விவரிப்பது? துணியிலிருந்து வாசம் வீசும். வானொலியிலிருந்து ஒரு புதிய கானம் ஒலிக்கும். திடீரென, என் கவுனின் பாக்கெட் சைக்கிள் ஹண்டல் பாரில் மாட்டிக் கிழிந்துவிடும். நாள் முழுவதும் ஒரே கூச்சல்தான். "இவளுக்கு யோசனையே கிடையாது" என்பர்.

தேவையான பொருட்களெல்லாம் புனிதமாகின. மற்றவர்கள் ஏதாவது சொன்னால் அதில் பேராசை, பொறாமை இருப்பதாகச் சொல்வார்கள் – தங்கள் மகளே ஏதாவது சொன்னால்கூட! நான் ஒரு நாள், அவர்களிடம் "என் தோழி ஒருத்தி 'லுவார்' கோட்டைகளைச் சுற்றிப் பார்க்கப் போனாள்" என்று சொன்ன வுடன் அவர்கள் கோபத்தில் வெடித்தார்கள். "நீ பின்னர் எப்போவாவது போகலாம். இருப்பதைக்கொண்டு திருப்தி யடையக் கற்றுக்கொள்" என்றார்கள்.

பொருட்கள் வைத்திருக்க வேண்டுமென்று விரும்பு வார்கள். ஆனால், அவற்றில் எவை அழகு – எவற்றை மற்றவர்கள் விரும்பிப் பார்ப்பார்கள் என்று தெரியாது. வண்ணத்தையும் வடிவத்தையும் பொறுத்தவரை, என் தந்தை வண்ணம் பூசுபவரும் தச்சரும் சொல்வதை அப்படியே கேட்டு நடப்பார். "ஆடம்பரம் வேண்டாம். வழக்கமானவையே போதும். பொருட்களை வாங்கிக் குவிப்பதில் அர்த்தமில்லை" என்பார்கள். படுக்கை யறையில் அலங்காரம் எதுவும் இருக்காது, ஒரு சில கண்ணாடி போட்ட புகைப்படங்கள் மட்டும் இருக்கும். 'அன்னையர் தின'த்திற்கு என் அம்மாவிற்குப் பரிசாக வந்த கால்விரிப்புகளும் மரச்சாமான் விற்பவர் இலவசமாகக் கொடுத்த ஒரு பீங்கான் பொம்மையும் மட்டுமே இருக்கும்.

அவர்கள் பழமொழி: சிங்கத்தின் வாலாக இருப்பதைவிட, நாயின் தலையாக இருப்பதே மேல்.

அவரிடம் எப்போதும் 'தான் தனக்குரிய' இடத்தில்தான் இருக்க வேண்டுமென்ற எண்ணம் இருந்தது. இடம் மாறினால், ஏளனத்துக்குள்ளாக நேரிடும் என்ற பயம்! ஒருநாள் ரயில் பயணத்தின்போது இரண்டாம் வகுப்புப் பயணச் சீட்டு எடுத்துக்கொண்டு தவறுதலாக முதல் வகுப்பில் ஏறிவிட்டார். பயணச் சீட்டு ஆய்வாளர் மீதித் தொகையை அவரிடமிருந்து வசூலித்தார். இன்னொரு சங்கடமான நினைவு. பத்திரப் பதிவு

அலுவலகத்தில் அவரிடம் ஒரு குமாஸ்தா, ஆவணம் ஒன்றை நீட்டி அவரிடம் கையெழுத்துப் போடச் சொன்னார். 'படித்துப் பார்த்து ஏற்றுக்கொள்கிறேன்' என்று எழுதிக் கையெழுத்திட வேண்டும். ஆனால் அவருக்குச் சரியாக எழுதத் தெரியாமல் தயங்கித் தயங்கி 'படித்துப் பார்த்து ஏர்ருக்கொள்கிறேன்' என்று எழுதிக் கையொப்பமிட்டார். அலுவலகத்திலிருந்து திரும்பி வரும்போது தவற்றை நினைத்து மிகவும் சங்கடப்பட்டார். தன்னைப் பற்றிய மதிப்பீட்டில் தரம் தாழ்ந்துவிட்டதாக வருந்தினார்.

விபரமறியாத கிராமத்துப் பையன்கள் நகர்ப் புறத்திலோ, மேல் தட்டுச் சமூகத்திலோ செய்யும் தவறுகளே அந்தக் காலத்தில் எங்கள் நகைச்சுவை கலந்த கேலிக்கும் கிண்டலுக்கும் இடமளித்தன.அவர்கள் பேச்சிலும் செயலிலும் வெளிப்பட்ட தவறுகளைப் பார்த்து நாங்கள் விழுந்து விழுந்து சிரிப்போம். நாங்களும் அதுபோன்ற தவறுகள் செய்து விடாமல் பார்த்துக் கொள்வோம். பெக்காஸின் என்பவளைப் பற்றிப் படித்தேன். அவள் ஆடையகத்தில் பயிற்சிப் பெற்றுக்கொண்டிருந்தாள். அவளிடம் முதலில் கொஞ்சம் துணியைக் கொடுத்து அதில் ஒரு பறவையின் படம் போடச் சொன்னார்கள். அத்துடன் அங்கிருந்த மற்ற துணிகளைக் காட்டி 'அதேபோல்'தான் என்று குறியீட்டைப் போட்டுக் காட்டினார்கள். ஆனால், அவளோ முதலில் கொடுத்த துணியில் பறவையின் படம் போட்டுவிட்டு, மற்ற துணிகளில் அவர்கள் போட்டுக் காட்டிய குறியீட்டைப் போட்டுவிட்டாள். நானே அதுபோல் செய்திருக்கமாட்டேன் என்று உறுதியாகச் சொல்ல முடியாது.

யாரையாவது முக்கியமானவர் என்று என் தந்தை கருதினால், அவர் முன் சங்கோஜப் படுவார் – கூச்சப்படுவார். கேள்விகள் எதுவும் கேட்கமாட்டார். சுருக்கமாகச் சொல்ல வேண்டுமானால், புத்திசாலித்தனமாக நடந்துகொள்வார். அதாவது, எங்களது அந்தஸ்து குறைவைப் புரிந்துகொண்டு, அதனை எவ்வளவு மறைக்க முடியுமோ, அவ்வளவு மறைக்க முயற்சி செய்வார். "இந்த வேடத்தில் நடிப்பதற்கு உங்கள் பெண் நகர்ப்புற ஆடைகள் உடுத்திக்கொள்ள வேண்டும்" என்று தலைமை ஆசிரியை சொன்னாள். அவள் சொன்னதை நாங்கள் உடனேயே புரிந்துகொள்ள இயலாமைக்கு வெட்கப்பட்டோம். நாங்கள் கீழ் நிலையில் இல்லாமலிருந்தால், அவள் சொன்னதை உடனேயே கண்டுபிடித்திருப்போம்.

மற்றவர்கள் (அக்கம்பக்கத்து வீட்டுக்காரர்கள், வாடிக்கை யாளர்கள் போன்றோர்) என்ன சொல்வார்கள் என்று அவர் கவலைப்பட்டுக்கொண்டே இருப்பார். அவர் தனக்கென்று ஒரு

விதி வகுத்துக்கொண்டார். எந்த கருத்தும் தெரிவிக்காமலும், நடத்தையில் அடக்கி வாசித்துக்கொண்டும் இருந்தால் மற்றவர்கள்தன் மீது குறை சொல்ல மாட்டார்கள் என்று நினைத்தார். பக்கத்து வீட்டுக் காரர் ஒருவர் தோட்டத்தில் காய்கறி பறித்தால், அவர் அந்தப் பக்கம் திரும்ப மாட்டார். புன்னகையால் அல்லது தலையசைப்பால் அல்லது ஒரு கருத்து சொல்லுதலால் அவரை உற்சாகப்படுத்தும்வரை அவர் அந்தப் பக்கம் திரும்பவே மாட்டார். யாராக இருந்தாலும், அழைப்பில்லாமல் அவர் போய்ப் பார்க்க மாட்டார் – மருத்துவமனையில் சிகிச்சைப் பெற்றாலுங்கூட! மற்றவருக்குப் பிடிகொடுக்காமல் இருப்பதற்காக, தெரிந்துகொள்ளும் ஆவலோ பொறாமையோ தொனிக்கும்படி எந்தக் கேள்வியும் கேட்கமாட்டார். "என்ன விலைக்கு வாங்கினீர்கள்?" என்று ஒருபோதும் கேட்க மாட்டார்.

நான் அடிக்கடி, 'நாங்கள்' என்ற பதத்தைப் பயன்படுத்தி வந்தேன், காரணம், நான் அவருடைய சிந்தனைப் போக்கையே நீண்ட நாள் கடைப்பிடித்து வந்தேன். எப்போது, அதனைக் கைவிட்டேன் என்று நினைவில் இல்லை.

○○○

என் மூதாதையர் வட்டார வழக்குமொழியையே பேசிக் கொண்டிருந்தனர். நாட்டார் மொழியிலும் வட்டார வழக்கிலும் சிலர் 'ஒருவித அழகைக்' காண்பர். உதாரணமாக, மாபெரும் எழுத்தாளர் புரூஸ்த் பிரான்ஸுவாஸ் என்பவளின் பேச்சில் காணப்படும் தவறுகளையும் வழக்கொழிந்த சொற்களையும் எடுத்துக் காட்டுவதில் மகிழ்ச்சியடைவார். அது அவரிடமிருந்த கலை ஆர்வம்; ஆனால், பிரான்ஸுவாஸ் அவர் தாயல்ல – அவர் வீட்டு வேலைக்காரி. அவளுடைய மொழி புரூஸ்தின் மொழியல்ல.

என் தந்தை வட்டார வழக்கை அருவருப்பானது என்றும், பழங்காலத்தது என்றும் நினைத்தார். அதனைப் பயன்படுத்துவது கீழ்த்தட்டு மக்களின் அடையாளம் என்று ஒதுக்கினார். சில வட்டார வழக்குச் சொற்றொடர்களை அவர் பயன்பாட்டிலிருந்து நீக்கிவிட்டதில் பெருமை கொள்வார். அவர் பேசும் பிரெஞ்சு பரிசுத்தமான பிரெஞ்சு இல்லையாயினும், குறைந்த பட்சம் அது பிரெஞ்சாக இருந்தது. விழாக்காலங்களில், பேச்சுக் கலையில் வல்லவர்கள் மரபு வழி உடைகள் அணிந்துகொண்டு வட்டார வழக்கில் கதை சொல்வார்கள். அதைக் கேட்பவர்கள் விழுந்து விழுந்து சிரிப்பார்கள். உள்ளூர் பத்திரிகை ஒன்று வட்டார வழக்கில் ஒரு கட்டுரை வெளியிடும் – நகைச்சுவைக்காக! மேல் நிலையில் உள்ள மருத்துவர் போன்றவர்கள் சில சமயம் வட்டார வழக்கில் சில சொற்றொடர்கள் பயன்படுத்திவிடுவர். 'அவள்

உடல் நிலை அற்புதமாக இருக்கிறது' என்று சொல்வதற்குப் பதில் 'அவள் 'குதிரைபோல் திடகாத்திரமாக இருக்கிறாள்' என்று சொல்வதுண்டு. என் தந்தை அதைப் போய் என் தாயிடம் சொல்வார். அதில் அவருக்கு ஒரு மகிழ்ச்சி. காரணம், உயர் நிலையில் இருப்பவர்கள்கூட எங்களைப் போல் இருக்கிறார்கள் என்பதில் திருப்தி. அவர்களிடமும் ஒரு 'முழு நிறைவின்மை' காணப்படுகின்றது என்று நினைத்துக்கொள்வார். அவர்கள் பேச்சில் கவனக்குறைவாக அதுபோன்ற சொற்றொடர்களைப் பயன்படுத்திவிடுகிறார்கள் என்று கருதினார். 'ஒழுங்காகப்' பேசுவது சிலருக்கு இயல்பாக வருவதில்லை என்றும் தெரிந்து கொண்டார். ஒரு பாதிரியாரோ, மருத்துவரோ வீட்டில் வட்டார மொழியில் பேசவேண்டி இருந்தாலும், பொது இடங்களில் அவர்கள் பேசும்போது கவனமாக இருக்க முயற்சி செய்ய வேண்டும் என்று நினைத்தார்.

உணவு விடுதியிலும் குடும்பத்திலும் தொணதொணவென்று பேசிக்கொண்டிருப்பவர், நன்றாகப் பேசுபவர்கள் முன்னிலையில் மௌனமாகிவிடுவார். வாக்கியங்களை நடுவிலேயே நிறுத்தி, 'இல்லையா?' என்று சொல்லிவிட்டு மற்றவர்களைவிட்டுத் தன் வாக்கியங்களை முடிக்க வைப்பார். பேசும்போது மிகவும் கவனமாக இருப்பார். தவறான வார்த்தைப் பேசுவது மற்றவர் முன்னிலையில் 'வாயு பிரிய விடுவது' போன்ற விளைவை ஏற்படுத்தும்.

மேலும் நீண்ட வாக்கியங்களையும், 'அர்த்தமில்லாத புதிய சொற்றொடர்களையும்' அவர் முற்றிலுமாக வெறுத்தார். சில சமயங்களில் சிலர் 'இருப்பதில்லை' என்பர். 'இருப்பது' 'இல்லை' ஆகிய இரண்டு சொற்களும் முரண்பாடான சொற்கள் என்று சுட்டிக் காட்டுவார். அம்மா அவருக்கு நேர்மாறானவள். தன் சமூக முன்னேற்றத்தைக் காண்பிக்க, யாராவது ஏதாவது சொல்லி அது புரியவில்லையானால் அதனைக் கண்டுபிடிக்க முயற்சி செய்வாள். ஆனால், அப்பாவோ தன் சொற்பட்டியலில் இல்லாத வார்த்தைகளை ஏற்க மறுப்பார்.

குழந்தையாக இருக்கும்போது, நான் சுத்தமான பிரெஞ்சில் பேச முயல்வது, ஆழந்தெரியாத பாதாளத்தில் குதிப்பது போன்றிருக்கும்.

ஒரு கற்பனை பயம் என்னை ஆட்கொண்டுவிடும். என் தந்தையை ஒரு பள்ளிக்கூட ஆசிரியர்போல் நினைத்துக் கொள்வேன். அவர் எதையும் சரியாகச் சொல்ல வேண்டும், ஒவ்வொரு வார்த்தையையும் தெளிவாக உச்சரிக்க வேண்டும், வாயை நன்றாகத் திறந்து பேச வேண்டும் என்று சொல்வது வழக்கம்.

வகுப்பில் என் ஆசிரியை நான் பேசுவதைத் திருத்துவார். அவர் திருத்தியதை வைத்து, என் தந்தை பயன்படுத்தும் சில சொற்றொடர்கள் இப்போது வழக்கத்தில் இல்லை என்று விவாதிப்பேன். அவருக்குப் பயங்கரமான கோபம் வந்துவிடும். ஒரு தடவை அவரிடம் கேட்டுவிட்டேன் – "நான் திருத்தமாகப் பேச வேண்டுமென்று சொல்லி விட்டு நீ மட்டும் எப்போதும் தவறாகப் பேசிக்கொண்டிருந்தால் என்ன அர்த்தம்?" என்று சொல்லிவிட்டு நான் அழுதேன். அவரைப் பார்க்கப் பரிதாபமாக இருந்தது. பண விஷயத்தைவிட, மொழியைப் பற்றிப் பேசும்போதும்தான் வம்பு வரும் – மனக் கசப்பு வரும்.

மற்றபடி அவர் கலகலப்பானவர்.

நகைச்சுவையை ரசிக்கும் வாடிக்கையாளர்களிடம் அவர் சிரித்துச் சிரித்துப் பேசுவார். சில சமயங்களில் அவர் பேச்சில் பாலியல் குறித்தும், உடல் உபாதைகள் குறித்தும் மறைமுகக் குறியீடுகள் தென்படும். வஞ்சப் புகழ்ச்சி இருக்காது. கடையிலிருக்கும்போது, பொதுவெளியில் பிரபலமான பாட்டுகளையும் விளையாட்டுகளையும் ரசிப்பார். என்னை சர்க்கஸுக்கு அழைத்துச் செல்வார். ஒன்றுக்கும் உதவாத படங்களுக்கு அழைத்துச் செல்வார். சந்தை நடக்கும்போது பேய் ரயிலில் என்னை ஏற்றிவிட்டு உலகத்தில் மிகவும் தாட்டிகமான பெண்ணையும் மிகச் சிறிய சித்திரக்குள்ளனையும் பார்த்துவரச் செய்வார்.

அவர் ஒருபோதும் அருங்காட்சியகம் செல்ல மாட்டார். ஓர் அழகானத் தோட்டம், பூத்துக் குலுங்கும் ஒரு தோப்பு, ஒரு தேன்கூடு – இவையெல்லாம்தான் அவருக்குப் பிடிக்கும். அழகான இளம்பெண்களைப் பிடிக்கும். பிரமாண்ட கட்டடங்கள், 'டாங்கர்வில்' பாலம் போன்ற நவீன கட்டமைப்புகளையும் பிடிக்கும். சர்க்கஸ் இசை, கிராமப் புறங்களில் காரில் சுற்றிவருவது போன்றவையும் அவருக்கு உயிர். புலியோன் என்பவரின் இசை நிகழ்ச்சியைக் கேட்டுக்கொண்டு கோதுமை வயல்களையும் பீச் மரத்தோப்புகளையும் சுற்றி வருவதென்றால் அவருக்கு அதைவிட மகிழ்ச்சியளிப்பது வேறெதுவும் இருக்காது. ஆனால் அந்தக் காலகட்டத்தில் ஒரு சாதாரண ஜனரஞ்சகமான பாட்டுக் கேட்பதில் வரும் சுகத்தையும் அல்லது ஓர் அழகான இயற்கைக் காட்சியில் லயித்து நிற்கும் ரசனையையும், ஓர் உரையாடலில் கொண்டு வரத் தயங்குவார்கள். நான் Y – இல் என் நடுத்தர வர்க்க நண்பர்களோடு போகும்போது, எனக்கு ஜாஸ் பிடிக்குமா அல்லது பாரம்பரிய இசை பிடிக்குமா – மூாக் தத்தியா அல்லது ரெனே ஷாரா என்று தெரிந்து கொள்ள விரும்புவார்கள். நான் வெகு விரைவிலேயே வேறோர் உலகத்தில் காலடி எடுத்து வைத்துவிட்டதை உணர்ந்து விடுவேன்.

ஒரு கோடையின்போது, குடும்பத்தோடு என்னை அழைத்துக்கொண்டு மூன்று நாள் பயணமாகக் கடற்கரை விடுதியொன்றிற்குச் சென்றார். சாதாரணச் செருப்பு அணிந்துகொண்டு, கடல் மணலில் நடந்தார். ஜெர்மன் தற்காப்புக் கட்டடங்களான பிளாக்ஹௌஸ்களைப் பார்வையிட்டார். தெருவோர விடுதியொன்றில் தனக்கு பீரும், எனக்கு ஆரஞ்சு சாறும் வாங்கினார். என் அத்தைக்காக ஒரு கோழி வாங்கி அவரே அதைக் கத்தியால் வெட்டினார். தரையெல்லாம் இரத்தம். மதிய உணவு பல மணிநேரம் நீடித்தது. போரைப் பற்றியும் போரில் மடிந்த குடும்ப உறுப்பினர்கள் பற்றியும் பேசிக் கொண்டிருந்தார்கள். காஃபி கோப்பைகள் காலியாகக் கிடக்கும். அவர்கள் புகைப்படங்களைப் பார்த்துக்கொண்டிருப்பார்கள். கடைசியில், 'துயரத்தையெல்லாம் மறந்து விட்டு, சந்தர்ப்பம் கிடைக்கும்போதெல்லாம் சந்தோஷமாய் இருப்போம்' என்று சொல்வார்.

ஒருவேளை, எதையும் பெரிதாக எடுத்துக்கொள்ளாமல் இருப்பது அவருடைய இயல்பாக இருக்கலாம். உணவு விடுதியை விட்டு வெளியில் சுற்ற ஏதாவது ஒரு காரணத்தைத் தேடிக்கொள்வார். முயல் வளர்த்தார். கோழி வளர்த்தார். ஓட்டுக் கட்டடங்களும் கார் நிறுத்துமிடமும் கட்டினார். கொல்லைப் புறம் அனைத்தும் அவர் விருப்பப்படி மாறிக்கொண்டிருக்கும். கழிவறையும் கோழி அடைக்கும் இடமும் மூன்றுமுறை இடம் மாறின. இடித்துவிட்டுக் கட்டுவது அவர் இரத்தத்தில் ஊறிய குணம்.

"அவர் ஒரு கிராமத்தான். அவரிடம் வேறு என்ன எதிர்பார்க்க முடியும்?" என்பாள் அம்மா.

ooo

பறவைகளின் குரலை வைத்தே அவற்றை அடையாளம் கண்டுவிடுவார். ஒவ்வொரு நாள் மாலையிலும் வானத்தைத் துருவித் துருவிப் பார்த்துக் கால நிலைமை எப்படியிருக்கும் என்று சொல்லிவிடுவார். தொடுவானம் சிவப்பாக இருந்தால், அன்றைய நாள் வறண்டும் குளிராகவும் இருக்கும். சந்திரன் மேகங்களின் சுருளில் காணப்பட்டால், காற்றும் மழையும் சேர்ந்தடிக்கும். ஒவ்வொரு மாலையும் தான் நட்டு வைத்த காய்கறிச் செடிகளைப் போய்ப் பார்த்து வருவார். அவை எப்போதும் ஒழுங்காகவே வளர்ந்துவரும். தோட்டம் பராமரிக்கப்படாமல் இருப்பதும், செடிகள் கவனிக்கப்படாமல் இருப்பதும் சோம்பேறித்தனத்தின் அறிகுறி. அளவுக்கு மீறி மது அருந்துவது – தன் முகத்தோற்றத்தைப் பற்றிக் கவலைப்படாமல் இருப்பது போலாகும். புது வகைச் செடிகளை நட வேண்டிய நேரத்தில் நடாமல் இருப்பது மற்றவர்கள் என்ன நினைப்பார்கள் என்ற கவலையைத் துறப்பது

போலாகும். சமயங்களில் பெரும் குடிகாரர்கள் ஒரு தோட்டம் வளர்த்துத் தங்கள் பாவத்தைத் தீர்த்துக்கொள்வார்கள். என் தந்தை வைத்த செடிகள் நல்ல பயன்கள் தரவில்லையெனில், இரவில் சேரும் கழிவுநீரைக் கடைசியாகத் தோண்டிய குழிகளில் கொண்டுவந்து கொட்டி விடுவார். அதில் பழைய துணியோ வேறெதுவோ தென்பட்டால், எங்களிடம் கடுமையாகக் கோபித்துக்கொள்வார்.

அவர் சாப்பிடும்போது அவரது பிரத்தியேகக் கத்தியையே பயன்படுத்துவார். ரொட்டியைத் துண்டு துண்டாக வெட்டிச் சாப்பாட்டுத் தட்டருகே குவித்துக்கொள்வார். பின்னர் அவற்றை ஒவ்வொன்றாக எடுத்துப் பால் கட்டி, கறி, குழம்பு ஆகியவற்றோடு சேர்த்துச் சாப்பிடுவார். நான் தட்டில் மீதம் வைத்தால், அவர் வருத்தப்படுவார். சாப்பாடு முடிந்ததும் அவருடைய தட்டு மிகவும் சுத்தமாக இருக்கும். அப்படியே அதை எடுத்துச் சமையலறை அலமாரியில் வைத்துவிடலாம். சாப்பிட்டவுடன், கத்தியைத் தன் மேலாடைத் துணியில் துடைத்து வைப்பார். ஹெர்ரிங் மீன் சாப்பிட்டால், கத்தியை அதன் நாற்றம் போகட்டுமென்று மண்ணுக்குள் புதைத்து வைப்பார். 1950 ஆண்டுகளின் தொடக்கத்திலிருந்து கடைசிவரை, காலையில் சூப் சாப்பிடுவார். அதன் பின்னர், தயக்கத்தோடு பால் கலந்த காஃபி சாப்பிட ஆரம்பித்தார் – ஏதோ பெண்கள் சாப்பிடும் நளினத்துக்குத் தாவுவதுபோல்! அதை சூப் சாப்பிடுவதுபோல் கரண்டியால் எடுத்துச் சாப்பிடுவார். காலை ஐந்து மணிக்கு அவருக்கு வேண்டிய சாப்பாட்டை அவரே தயாரித்துக்கொள்வார். அதில் முட்டை, முள்ளங்கி, வேகவைத்த ஆப்பிள் சேர்ந்திருக்கும். மாலையில் ஒரு சூப்போடு நிறுத்திக்கொள்வார். கேக், மயோன்னேஸ், சாஸ் முதலியவை அவருக்குப் பிடிக்காது.

பனியனோடும் சட்டையோடும் தூங்குவார். வாரத்துக்கு மூன்று முறை சமையலறைக் கண்ணாடி முன் நின்று சவரம் செய்துகொள்வார். சவரம் செய்யும் பொருட்டு மேல் பித்தானைக் கழற்றிவிடுவார். கழுத்துக்குக் கீழ் அவருடைய வெளிறிய வெள்ளைத் தோல் வெளியில் தெரியும். போர்க்காலத்துக்குப் பின் தனித் தனிக் குளியலறைகள் வழக்கமாகிக்கொண்டிருந்தன. என் தாயார், மாடிப்படிக்குக் கீழ் ஒரு சிறிய குளியலறை கட்டி வைத்தாள். அதனை அவர் பயன்படுத்தவில்லை. எப்போதும்போல் சமையலறையையே பயன்படுத்தினார்.

கொல்லைப்புறத்துக்குப் போய்விட்டால் அவர் விருப்பம்போல் தும்முவார், எச்சில் துப்புவார்.

பள்ளியில், என்னை எழுத அனுமதித்திருந்தால், இது பற்றிக் கட்டுரை வரைந்திருப்பேன். ஒரு நாள் தொடக்கப்பள்ளி

கடைசி ஆண்டு மாணவி ஒருத்தி பயங்கரமாக தும்மலிட்டாள். பயிற்சிப் புத்தகங்களெல்லாம் பறந்து போயின. கரும்பலகையில் எழுதிக்கொண்டிருந்த ஆசிரியை திரும்பிப் பார்த்து 'பிரமாதம்' என்றாள்.

○○○

Y – இல் நடுத்தர வர்க்கத்தினர் – அவர்கள் வியாபாரிகளாக இருந்தாலும் சரி, அலுவலர்களாக இருந்தாலும் சரி – யாருமே தாங்கள் 'நாட்டுப் புறத்திலிருந்து வந்ததாகக்' காட்டிக்கொள்ள மாட்டார்கள். கிராமத்தான் என்றால் துணிமணி, பேசும் மொழி, நடையுடை பாவனை முதலியவற்றில் பின்தங்கி இருப்பதாகப் பொருள்படும். அக்காலத்தில் அடிக்கடி சொல்லப்படும் கதை ஒன்று : கிராமத்தான் ஒருவன் நகரத்தில் இருக்கும் தன் மகனைப் பார்க்கப் போகிறான். துணிவெளுக்கும் இயந்திரத்தின் முன் உட்கார்ந்து அதனை நீண்ட நேரம் கண்கொட்டாமல் பார்க்கிறான். அதன் கண்ணாடி வழியே உள்ளே சுழல்வது தெரிகிறது. சற்று நேரம் கழித்து அவன் எழுந்து தன் மருமகளிடம், "நீங்கள் என்ன வேண்டுமானாலும் சொல்லுங்கள். தொலைக் காட்சிப் பெட்டிஇன்னும் சரியாக இயங்கவில்லை" என்று சொல்கிறான்.

Y – இல் பெரும் பண்ணையார்கள் சந்தைக்கு வரும்போது, புதிய 'சிம்கா வெதேத்' காரில் வருவார்கள். பின்னர் சிம்கா வெதேத்துக்குப் பதில் 'சித்ரோயென் டி.எஸ்', 'சித்ரோயென் சி எக்ஸ்' ஆகியவற்றில் வரத்தொடங்கினார்கள். ஆனால், பெரும்பாலானோர் அவர்களை ஆவலோடு பார்ப்பதை நிறுத்திக்கொண்டனர். பட்டிக்காட்டானாக இல்லாமலே பட்டிக்காட்டானாக நடந்துகொள்வது மோசத்திலும் மோசம்.

என் தந்தையும் தாயும் ஒருவர்மீது இன்னொருவருக்கு அக்கறை இருந்தாலும் பேசும்போது ஒருவரைஒருவர் குறை சொல்லிக்கொள்வார்கள். அம்மாவின் 'மஃப்ளரை மறந்துவிடாதே,' 'கொஞ்ச நேரம் உட்கார்ந்தால்தான் என்ன?' போன்ற சொற்றொடர்கள் அப்பாவை அவமதிக்கும் தொனியில் ஒலிக்கும். காணாமல்போன ஒரு ரசீது, பாதாள அறையில் நிறுத்தாமல்விட்ட ஒரு விளக்கு – இவற்றுக்கெல்லாம் சண்டை போட்டுக்கொள்வார்கள். என்னுடைய அம்மாவின் குரல்தான் ஓங்கி ஒலிக்கும். அவள் அடிக்கடி எரிச்சலடைவாள். பொருள் விநியோகத்தில் தாமதம், மாதவிடாய்த் தாமதம், வாடிக்கை யாளர்கள், அருகிலுள்ள அழகு நிலையத்தில் எப்போதும் மிதமிஞ்சி சூடேற்றும் ஹேர் டிரையர் – இப்படி எல்லாமே அவளை சீக்கிரம் எரிச்சலடையச் செய்யும். அப்பாவிடம் அவள் 'நீ கடை நடத்துவதற்கு லாயக்கில்லை' என்பாள் (பொருள்: நீ ஆலைத் தொழிலாளியாக இருக்கத்தான் லாயக்கு). பதிலுக்கு அவர்

அவளை 'தேவடியாள், உன்னை நான் கட்டியிருக்கக் கூடாது' என்று திட்டுவார்.

ஒவ்வொரு வாரமும் இதுபோல் கொச்சை வார்த்தைகள் பரிமாறிக்கொள்ளப்படும் :

'உதவாக்கரை'

'கிழட்டு முண்டம்'

இதுபோன்ற வார்த்தைகளுக்கெல்லாம் பொருளில்லை.

வீட்டில் நாங்கள் பேசிக்கொள்ளும்போது, சண்டை போடும் தொனியில்தான் பேசிக்கொள்வோம். வெளிமனிதர்கள் வந்தால்தான், பக்குவமாகப் பேசுவோம். என் தந்தையிடம் இந்தப் பழக்கம் வேரூன்றிப் போய்விட்டது. மற்றவர்களிடம் பக்குவமாகப் பேசும் அவர், நான் செய்யக்கூடாத ஒன்றைச் செய்துவிட்டால், தன் வட்டார வழக்கு மொழியைப் பயன்படுத்தி என்னைக் கடுமையான குரலில் எச்சரிப்பார். அதனால் அவர் ஏற்படுத்த முயன்ற நல்ல அபிப்பிராயமெல்லாம் பாழாகிவிடும். அவர் ஒருபோதும் என்னைச் சுத்தமான பிரெஞ்சில் திட்டக் கற்றுக்கொள்ளவில்லை. அப்படி அவர் சுத்தமான பிரெஞ்சில் என்னை அறையப்போவதாகச் சொன்னாலும் நான் அதனைப் பெரிதாக எடுத்துக்கொள்ளப் போவதில்லை.

வெகு நாட்களாக, பெற்றோர்களுக்கும் பிள்ளைகளுக்கும் இடையே நிலவும் மரியாதை எனக்குப் புரியாமல் இருந்தது. அதேபோல் நல்ல பழக்க வழக்கம் கொண்டவர்கள் ஒருவருக் கொருவர் வாழ்த்துச் சொல்வதையும் கூட 'புரிந்துகொள்வதற்கு' நீண்ட நாள் பிடித்தது. முதலில் எனக்கு வெட்கமாக இருந்தது. மரியாதை செய்யுமளவுக்கு எனக்குத் தகுதி இல்லை. சில சமயங் களில், அவர்கள் என் மீது தனிப்பட்ட பாசம் வைத்திருக்கின்றனர் என்று எண்ணியிருக்கிறேன். பின்னர்தான், அவர்களின் புன்னகைக்கும் அவர்கள் என்னைக் கனிவாக விசாரிப்பதற்கும் எந்த அர்த்தமும் இல்லை எனப் புரிய வந்தது. அவர்கள் வாயை மூடிக்கொண்டு சாப்பிடுவதிலும் மறைமுகமாக மூக்கைச் சிந்துவதிலும் எவ்வளவு அர்த்தமில்லையோ அப்படித்தான்.

அந்த நினைவுகளையெல்லாம் முக்கியமற்றவை என வெகு நாட்களாக மனதுக்குள் அடக்கிவைத்துவிட்டேன். இப்போது அவற்றைத் திரும்பிப் பார்ப்பது அவசியமாகப் படுகிறது. ஏதோ ஓர் அவமானப்பட்ட நினைவுதான் இவ்வளவு நாள் அவற்றை என் மனதில் நிற்க வைத்தது. கீழ்த்தட்டு மக்களின் நினைவுகள் முக்கியத்துவமற்றவை என்று நினைக்கும் இவ்வுலகின் வழக்கத்தை நான் தவறாக ஏற்றுக்கொண்டுவிட்டேன் என்று நினைக்கிறேன்.

மாலையில், சமையலறை மேசைமீது, வீட்டுப் பாடங்கள் படிக்க புத்தகங்களை விரித்துவைக்கும்போது, என் தந்தை வந்து அவற்றை – குறிப்பாக, வரலாறு, பூகோளம், இயற்கை அறிவியல் ஆகியவற்றைப் – புரட்டிப் பார்ப்பார். அவரிடம் கேள்வி கேட்டுப் பார்க்குமாறு சொல்வார். ஒரு நாள் தனக்குச் சரியாக எழுதத்தெரியும் என்பதை நிரூபிக்க என்னை ஒரு பாடத்தை வாய்விட்டுப் படிக்கச் சொல்லி அவர் அதை எழுதினார். அவருக்கு நான் எந்த வகுப்பில் இருக்கிறேன் என்று தெரியாது. ஆசிரியைப் பெயரைச் சொல்லி 'இந்த ஆசிரியையிடம்தான் படிக்கிறாள்' என்று சொல்வார். என்னுடைய பள்ளி கிறிஸ்துவ மடம் நடத்தும் பள்ளி. அவர் அதைப்பார்த்து மிரண்டு போவார். என் நடத்தையைக் கண்காணிக்கும் அந்தப் பள்ளி ஆங்கில நாவலாசிரியர் ஜொனத்தன் ஸ்விஃப்டின் 'கல்லிவர்ஸ் பயணங்களி'ல் வரும் 'லப்புட்டா தீவு' போல் என் தலைக்குமேல் சுழன்று கொண்டிருக்கும். "உண்மையாகவே, இப்போது உன்னை உன் ஆசிரியை பார்த்தால்…" அல்லது "நான் உன் ஆசிரியையிடம் போய்ச் சொல்லி விடுவேன்" போன்ற எச்சரிக்கைகளை அவர் அடிக்கடி விடுப்பதுண்டு.

அவர் எப்போதும் 'உன்' பள்ளிக்கூடம் என்றுதான் சொல்வார். தலைமை ஆசிரியை 'தலைமை மடத்தார் – அம்மா' என்றும் பள்ளியை 'மடத்தார் – பள்ளி' என்றும் குறிப்பிடுவார். அப்படிச் சொல்வதால் ஏதோ ஒரு மதிப்புக் கூடுவதுபோல் நினைப்பு. இயல்பாகச் சொன்னால், தான் அந்தப் பிரத்தியேக உலகோடு அன்னியோன்னியமாக இருப்பது போன்ற எண்ணம் ஏற்படும் என்று நினைத்தார் போலும். அவர் அதுபோன்ற எண்ணத்தை ஏற்படுத்த தயாராக இல்லை என்பது தெளிவானது. பள்ளியில் நடக்கும் எந்த நிகழ்ச்சிக்கும் அவர் வரமாட்டார் – நான் ஏதாவதொன்றில் பங்குபெற்றாலும்கூட ! எரிச்சலோடு அம்மா "எதற்கு நீ போக மாட்டேன் என்கிறாய்" என்று கேட்பாள். "நான் அதெற்கெல்லாம் போக மாட்டேன் என்று உனக்குத் தெரியாதா" என்று பதில் வரும்.

சில சமயங்களில் முகத்தைக் கடுமையாக வைத்துக்கொண்டு நாடக பாணியில் "பள்ளியில் சொல்வதை ஒழுங்காகக் கேட்டுக்கொள்" என்பார். நான் வாங்கிய மதிப்பெண்கள் யதேச்சையாகக் கொடுக்கப்பட்டுவிட்டனவோ என்று அவர் பயப்படுவதுண்டு. பின்னர், கட்டுரை வரைவதிலோ தேர்வு எழுதுவதிலோ வெற்றிபெற்றுவிட்டால் அதனை ஒரு சாதனையாக ஏற்றுக்கொண்டு, தன்னைவிட நான் ஒருநாள் மேல் நிலைக்கு வந்துவிடுவேன் என்று கனவுகாணத் தொடங்கிவிடுவார்.

என்னைப் பற்றிய கனவு அவரது சொந்த வாழ்க்கைக் கனவின் இடத்தை எப்போது பிடித்தது என்று தெரியவில்லை. அவர்

வாழ்க்கைக் கனவைப் பற்றி ஒரு தடவை சொல்லியிருக்கிறார். அவர் கனவெல்லாம் நகர்ப் புறத்தில் ஒரு நவ நாகரிக உணவகம் தொடங்கவேண்டும், அங்கு கல்லாவுக்குப் பின்னால் காஃபி மெஷினெல்லாம் இருக்க வேண்டும் என்பதுதான். ஆனால், அது நிறைவேறவில்லை. போதுமான முதலீடு இல்லை. அத்துடன், என்னவாகுமோ ஏதாகுமோ என்ற பயமும் சேர்ந்துகொண்டது. "நம்மால் என்ன செய்ய முடியும்?" என்பார்.

அவருடைய எளிமையான கடையே அவருடைய உலகமாகி விட்டது. அந்த உலகில் இரண்டு பிரிவுகள். ஒரு பக்கம் நல்ல வாடிக்கையாளர்கள் – அவர்கள் எப்போதும் அவரிடமே வருவார்கள். இன்னொரு பக்கம், மோசமான வாடிக்கையாளர்கள் – அவர்கள்தான் அதிகமாக இருந்தார்கள். ஏதாவது பொருட்கள் வாங்க வேண்டுமானால், நகர்ப் பகுதிக்குப் போய்விடுவார்கள். பெரிய அளவு வர்த்தகத்தை ஊக்குவிப்பதால் அரசாங்கமும் அவர்கள் பக்கம் சேர்ந்து கொண்டு எங்களை அழிப்பதாக அவர் சந்தேகப்பட்டார்.

நல்ல வாடிக்கையாளர்கள் மத்தியிலும் இரு பிரிவினர் இருந்தார்கள். சிலர் எல்லா பொருட்களையும் எங்களிடமே வாங்குவார்கள். வேறு சிலர் சமையல் எண்ணெய்யை நகர்ப்புறக் கடைகளில் வாங்கமறந்துவிட்டால், எங்களிடம் வாங்கவருவார்கள். நாங்கள் நம்பிக்கை வைக்கும் வாடிக்கையாளர்கள் கூட எங்களிடம் விலை சற்று அதிகம் என்று சந்தேகித்தால், உடனே எங்களை விட்டுப் போய்விடுவார்கள். எல்லோரும் சதி செய்பவர்கள். ஆனால், அவரிடம் வெறுப்பும் பணிந்துபோகும் தன்மையும் இருந்தன. தன்னுடைய பணிந்து போகும் தன்மையையே அவர் வெறுத்தார். ஊரில் தன் கடை மட்டுமே இருக்க வேண்டும் என்று ஒவ்வொரு கடை உரிமையாளரும் நினைத்ததுபோல் அவரும் நினைத்தார். பக்கத்தில் இருந்த ரொட்டிக் கடைக்காரர் எங்கள் கடையில் பொருள் வாங்காததால், ஒரு மைல் தூரம் நடந்து சென்று நாங்கள் ரொட்டி வாங்கி வருவோம்.

சிறு வியாபாரிகளின் பக்கம் நிற்கும் புழாத் என்பவரை ஆதரித்து வாக்களித்தார். ஆனாலும் அவர்மீது நம்பிக்கை வைத்து வாக்களித்தார் என்று சொல்ல முடியாது. ஏனென்றால், புழாத் எப்போதும் தற்பெருமை பேசுபவர். அது என் தந்தைக்குப் பிடிக்காது.

அவர் மகிழ்ச்சியற்று இருந்தார் என்று சொல்ல முடியாது. உணவகம் எப்போதும் கலகலப்பாக இருக்கும். வானொலி சத்தமாக முழங்கிக்கொண்டிருக்கும். காலை ஏழுமணியிலிருந்து இரவு ஒன்பதுமணிவரை வாடிக்கையாளர்கள் தொடர்ந்து வந்துகொண்டிருப்பார்கள். 'வணக்கம்', 'எல்லோருக்கும் வணக்கம்'

என்று விட்டுவிட்டு ஒலிக்கும். மழை, மக்களின் உடல் நிலை, இறந்து போனவர்கள், வேலையில்லாத் திண்டாட்டம் – இப்படிப் பலவற்றைப் பற்றி உரையாடல்கள் இருக்கும். இரட்டை அர்த்தத்தில் சில கேலிப் பேச்சுகளும் இருக்கும்.

அவர் வேலைகளுக்கிடையே, என் தாயாருக்காகக் கடையைப் பார்த்துக்கொள்வதுண்டு. அவருக்கு அது அவ்வளவாகப் பிடிப்பதில்லை. உணவகத்தையே விரும்புவார். இல்லையெனில், எல்லாவற்றையும் விட்டுவிட்டுத் தோட்டத்து வேலையில் ஈடுபடுவார். அங்குள்ள கட்டடங்களை இடித்துத் தள்ளுவார். வசந்தகாலத்தில் மலர்கள் பரப்பும் வாசமும், நாய்கள் குரைக்கும் ஒலியும், ரயில் கிறீச்சிடும் ஓசையும், குளிர்காலத்தை அறிவிக்கும் அறிகுறிகளும் ரசிக்கத் தக்கவையாக இருக்கும். எங்களைப் பார்த்து அதிகாரம் மிக்கவர்களும், ஆட்சியில் இருப்பவர்களும், பத்திரிகை நிருபர்களும் "அவர்களெல்லாம் மகிழ்ச்சியாகத்தான் இருக்கிறார்கள்" என்று சொல்வார்கள்.

என் பெற்றோர் ஞாயிற்றுக் கிழமைகளில், நீண்ட நேரம் குளிப்பார்கள்; ஆலயம் செல்வார்கள். பிற்பகல் 'டோமினோ' விளையாட்டில் ஈடுபடுவார்கள். அல்லது காரில் ஊரைச் சுற்றி வருவார்கள். திங்களன்று, குப்பைகளை அகற்றுவார்கள். புதன் கிழமையில் ஒயின் போன்ற மது விற்பனைப் பிரதிநிதிகளிடம் பேச்சுவார்த்தை நடத்துவார்கள். வியாழனன்று, பலசரக்கு வாங்குதில் ஈடுபடுவார்கள். எல்லாம் வரிசையாக நடைபெறும். கோடையில், இரண்டு நாட்கள் கடையை முழுமையாக மூடிவிட்டு ஒரு நாள் நண்பர்கள் (ஒருவர், ரயில்வேயில் வேலை செய்பவர், அவர் குடும்பம்) வீட்டுக்குப் போய் விட்டு வருவார்கள். இன்னொரு நாள் லிசியேவுக்கு யாத்திரை செல்வார்கள். அங்குள்ள இடங்களைச் சுற்றிப்பார்த்துவிட்டு எப்போதும்போல் ஒரே உணவு விடுதியில் மதிய உணவு சாப்பிடுவார்கள். மாலையில், 'லே புய்சோன்னே', 'தோவீல் – துரூவீல்' போன்ற கடற்கரைக்குச் செல்வார்கள். அங்கு அப்பாவும் அம்மாவும் கொஞ்ச நேரம் சிறு படகு ஒன்றில் சென்றுவருவார்கள். அந்தப் பழக்கம் வழக்கழிந்து போனபின், அவர்கள் போவதை நிறுத்திவிட்டார்கள்.

ஒவ்வொரு ஞாயிறன்றும் விருந்துதான்.

பிறகு, அவருடைய வாழ்க்கையில் மாற்றம் எதுவும் ஏற்படவில்லை. இதைவிட மகிழ்ச்சியான வாழ்க்கையை எதிர்பார்க்க முடியாது என்பது அவருக்குத் திண்ணமாகத் தெரிந்துவிட்டது.

ஞாயிறு பிற்பகலில் கொஞ்ச நேரம் தூங்குவார். அவர் தூங்கப்போவதைச் சன்னல் வழியாகப் பார்ப்பேன். கப்பற்படை அதிகாரி ஒருவர் விட்டுச் சென்ற புத்தகம் ஒன்றைக் கையில்

வைத்திருப்பார். என்னைப் பார்த்துவிட்டால் சங்கடத்தோடு ஒரு சிரிப்பு சிரித்துவிட்டுச் செல்வார். அவர் கையில் இருக்கும் புத்தகம் ஓர் ஆபாசமான புத்தகம்.

○○○

கொல்லைப் புறத்தில் என் வலதுபக்கத்தில் பழைய, புதிய கட்டடங்களின் ஓரத்தில் நான் நிற்கும் புகைப்படம் ஒன்று இருக்கிறது. அப்போதெல்லாம் எனக்குக் கலை நுணுக்கங்களைப் பற்றித் தெரியாது. இருப்பினும், என்னை எப்படி அதிகபட்சம் கவர்ச்சியாகக் காட்டிக்கொள்ள வேண்டும் என்று தெரிந்திருந்தது. சற்றுத் திரும்பி இறுக்கமான பாவாடையில் என் இடுப்பழகை வெளிப்படுத்தியிருந்தேன். மார்பகம் எடுப்பாகத் தெரியும் விதம் என் தோள்களைப் பின்னுக்குத் தள்ளியிருந்தேன். நெற்றியை ஒரு கொத்துத் தலைமுடி அலங்கரித்தது. அத்துடன் ஓர் இளம் புன்னகை. எனக்கு வயது பதினாறு. புகைப்படம் எடுத்த என் அப்பாவின் நிழல் என் படத்தில் தெரிந்தது.

நான் இசைத்தட்டில் பாடல்கள் கேட்பேன். என் பாடங்களைப் படிப்பேன். நான் எப்போதும் என் அறையில்தான் படிப்பேன். சாப்பிடுவதற்கு மட்டுமே கீழே இறங்கிச் செல்வேன். சாப்பிடும்போது யாரும் பேசக்கூடாது. வீட்டிலிருக்கும்போது நான் சிரிக்க மாட்டேன். கேலி செய்வேன். அக் காலகட்டத்தில்தான், என்னோடு அதிகத் தொடர்புடைய அனைத்தும் அந்நியப் பட ஆரம்பித்தன. மெல்ல மெல்ல நான் நடுத்தர வர்க்க உலகில் காலெடுத்து வைத்துக்கொண்டிருந்தேன். இளவட்டங்கள் ஏற்பாடு செய்த நிகழ்ச்சிகளுக்கு அழைக்கப் பட்டேன். அவர்கள் மத்தியில் அங்கீகாரம் கிடைக்க வேண்டுமென்றால் எதிலும் அதிகமாக உணர்ச்சிவசப்படாமல் இருக்க வேண்டும். அது சற்றுக் கடினம்தான். ஆனால், சமாளித்துக்கொண்டேன். பட்டிக்காடுபோல் தோன்றிய எல்லாவற்றையும் வெறுத்தேன். லுய்ஸ் மரியானோ, மரி ஆன் தெமாரே நாவல்கள், டேனியல் கிரே நாவல்கள், உதட்டுச் சாயம், சந்தையில் எனக்குப் பரிசாகக் கிடைத்த பொம்மை – இவையெல்லாமுமே அதில்தான் அடங்கும். என்பூர்வீகத்தினால்விளைந்தகருத்துகள்கூட நகைப்புக்குரியதாகின. ‘நமக்கு எப்போதும் காவல்துறை அவசியம்’, ‘கட்டாய இராணுவப் பணி செய்யாதவன் உண்மையான மனிதனல்ல’ என்பது போன்ற கருத்துகள் பின்தங்கிய கருத்துகளாக ஒலித்தன. உலகமே தலைகீழாக மாறியது.

நான் ‘தரமான’ இலக்கியப் படைப்புகளைப் படித்துக் குறிப்புகள் எடுத்துக்கொண்டேன். அவை என் ‘ஆன்மா’வையும், வார்த்தைகளால் எடுத்துரைக்க முடியாத உள்ளுணர்வுகளையும் பிரதிபலிப்பதாக நினைத்தேன். எடுத்துக்காட்டாக, ஆன்ரி தெ

ரெஞ்ஞியே சொன்ன வார்த்தைகள்: "சுகம் வெறும் கையோடு வரும் கடவுள்".

என் தந்தை எளிமையானவர், சாதாரணமானவர், நல்லவர் என்ற வகையில் வைத்து எண்ணக் கூடியவராகி விட்டார். தன் குழந்தைப் பருவத்தைப் பற்றிப் பேசமாட்டார். நான் என் படிப்பைப் பற்றிப் பேசமாட்டேன். சமயத்தில் லத்தீன் பற்றிப் பேசுவேன். காரணம், அவர் ஆலயப் பிரார்த்தனையில் உதவியாக இருப்பார். பிரார்த்தனைகளெல்லாம் அவருக்கு விளங்காது – என் அம்மாவுக்கு நேர் மாற்றமாக,விளங்கியதுபோல் காட்டிக்கொள்ளவும் மாட்டார். நான் என் வேலையைப் பற்றியோ, பாடங்களைப் பற்றியோ குறை சொன்னால் அவருக்குக் கோபம் வரும். புரஃபசர் என்பதற்குப் பதில் 'புரோஃப்' என்றோ, 'டைரெக்டர்' என்பதற்குப் பதில் 'திர்லோ' என்றோ புத்தகம் என்பதற்குப் பதில் 'புக்கேன்' என்றோ பிரெஞ்சு கல்விக்கூட வழக்கப்படி சுருக்கிச் சொன்னால் அவருக்குப் பிடிக்காது. நான் மேல் நிலைக்குப்போய்விடுவேனோ என்ற பயத்தினால் இருக்கலாம்; அல்லது போய்விடக்கூடாது என்றும் கூட நினைத்திருக்கலாம்.

நான் நாள் முழுவதும் புத்தகங்களில் மூழ்கிக் கிடப்பது அவருக்கு எரிச்சலூட்டும். என் முகம் வாயிருப்பதற்கும், நான் அடிக்கடி கோபப்படுவதற்கும் அதுதான் காரணம் என்பார். என் அறையில் விளக்கு எரிவதைப் பார்த்தால் நான் என் உடல் நலத்தைக் கெடுத்துக்கொள்வதாகச் சொல்வார். கல்விதான் ஒரு நல்ல வேலை கிடைப்பதற்கும், ஆலைத் தொழிலாளியாகி விடாமலிருப்பதற்கும் ஓர் உத்திரவாதம். அதே சமயம், படிப்பில் எப்போதும் மூழ்கிக் கிடப்பது நல்லது என்று முழுமனதுடன் ஏற்றுக்கொள்ளமாட்டார். அது இளவயது சுகத்தையெல்லாம் புறக்கணிப்பதாகும். சில சமயம் நான் மகிழ்ச்சியாக இல்லை என்றும்கூட நினைப்பார்.

நான் பதினேழு வயதில் இன்னும் வேலைக்குப் போகாதது குறித்துக் குடும்ப நண்பர்களிடமும் வாடிக்கையாளர்களிடமும் அவர் சங்கடப் படுவதுண்டு – வெட்கப்படுவதுண்டு. என் வயதையொத்த மற்ற பெண்களெல்லாம் அலுவலகத்திலோ, தொழிற்சாலையிலோ, பெற்றோர் நடத்திவந்த கடைகளிலோ வேலைசெய்துகொண்டிருந்தார்கள். என்னை ஒரு சோம்பேறியாகவும், அவரை ஓர் அலட்டல் பேர்வழியாகவும் நினைத்துவிடுவார்கள் என்ற பயம் வருவதுண்டு. எல்லோரிடமும் அவர் நான் 'நன்றாகப் படிக்கிறேன்' என்பார், 'வேலை செய்கிறேன்' என்று சொல்ல மாட்டார். வேலை என்றால் கைகளைக்கொண்டு செய்வதுதான்.

படிப்பு அவரைப் பொறுத்தவரையில் அன்றாட வாழ்க்கையோடு தொடர்புடையதல்ல. கீரையை அவர் ஒரு முறைதான் கழுவுவார். அதில் அது சுத்தமாகாது. நான் பத்தாம் வகுப்பில் படித்ததை எடுத்துச் சொல்லி அதனைப் பல முறைக் கழுவவேண்டும் என்று சொன்னால் அவருக்குச் சங்கடமாகிவிடும். ஒரு தடவை என்னோடு பயணித்த ஒருவரிடம் நான் ஆங்கிலத்தில் பேசியதைப் பார்த்து அவர் வாயடைத்துப் போனார். இங்கிலாந்துக்குப் போகாமல் ஆங்கிலத்தில் நான் பேசியதை அவரால் நம்ப முடியவில்லை.

இக்காலகட்டத்தில், அவர் சில சமயம் பயங்கரமாகக் கோபித்துக்கொள்வதுண்டு. கோபம் முகத்தில் தெரியும். எனக்கு அம்மாவிடம்தான் அதிக நெருக்கம். மாதாமாதம் ஏற்படும் வயிற்று வலி, பயன்படுத்தும் அழகுப் பொருட்கள், சரியான அளவு பிரா முதலியவற்றைப் பற்றிக் கலந்தாலோசிப்போம். ருவான் நகரில் 'குரோசொர்லோழ்'வீதிக்குச் சென்று பொருட்கள் வாங்கிவிட்டு, 'பெரியே' உணவகத்தில் கேக் சாப்பிட்டு வருவோம். நான் பயன்படுத்தும் புதுப் புதுச் சொற்களை அவள் பயன்படுத்தக் கற்றுக்கொண்டாள். அப்பாவைப் பற்றிக் கவலைப்பட மாட்டோம்.

பெரும்பாலும் சாப்பாட்டின்போதுதான் சின்ன சின்ன விஷயத்துக்கெல்லாம் சண்டை வரும். அவரால் ஒருபோதும் நியாயமான விவாதம் நடத்த முடியாதென்று எனக்குத் தெரியும். அவர் சாப்பிடும் விதத்தையும், அவர் பேசும் விதத்தையும் குறைகூறுவேன். விடுமுறைக்கு அவர் வெளியூருக்கு என்னை அனுப்பாதது பற்றி நான் கேட்கக் கூடாதுதான். ஆனால், அவர் நடத்தையில் சில முன்னேற்றம் இருக்க வேண்டுமென்று நான் நினைத்ததில் தவறில்லை. அவர் நான் வேறுவிதமாக இருக்க வேண்டும் என்று எதிர்பார்த்தாரோ என்னவோ?

ஒருநாள் "உனக்கு வேண்டுமானால் புத்தகம் இசையெல்லாம் தேவைப்படலாம். நான் வாழ்வதற்கு அவை ஒன்றும் தேவைப்படப் போவதில்லை" என்று சொல்லிவிட்டார்.

மற்ற சமயங்களிலெல்லாம், அவர் பொறுமையாக இருப்பார். நான் பள்ளிக்கூடம் விட்டு வரும்போது அவர் உணவகத்துக்கும், சமையலறைக்கும் இடையே உள்ள கதவருகில் உட்கார்ந்துகொண்டு 'பரி – நொர்மாந்தி' பத்திரிகை வாசித்துக்கொண்டிருப்பார். தோள்கள் துவண்டிருக்கும். கைகள் மேசைமீது விரிக்கப்பட்டிருக்கும் பத்திரிகையின் இரு புறமும் தொங்கிக்கொண்டிருக்கும். என்னைப் பார்த்ததும் "ஆ, இதோ வந்துவிட்டாள்" என்பார்.

"எனக்குப் பசிக்கிறது."

“அதில் என்ன தப்பு? வேண்டியதை எடுத்துச் சாப்பிடு.”

எனக்கு உணவு அளிப்பதில் அவருக்கு மகிழ்ச்சி. ஆனால், எங்கள் உரையாடல்தான் நான் குழந்தையாக இருக்கும்போது இருந்ததுபோலவே இருக்கும். மாற்றமெதுவும் இருக்காது.

அவரிடமிருந்து நான் எதுவும் கற்றுக்கொள்ள முடியாது என்று எனக்குத் தெளிவாகியது. அவர் பேசும் மொழி, அவர் கூறும் கருத்துகள் என் கல்லூரி வகுப்பறையில் ஏற்கத்தக்கவையல்ல. மற்ற பெண்களின் வரவேற்பறையில் கூடப் பேசத் தகுந்தவையல்ல. கோடையில், என் சன்னல் வழியே அவர் மண்வெட்டி ஓசை கேட்கும்.

எங்களுக்குப் பேசுவதற்கு எதுவுமில்லாததால் நான் எழுதுகிறேன் என்று நினைக்கிறேன்.

○○○

நாங்கள் இதற்குமுன் *Y*– வுக்கு வந்தபோது, நகரத்தின் மையப்பகுதி இடிபாடுகள் நிறைந்து காணப்பட்டது. இப்போது, அதன் அடையாளம் மாறிவிட்டது. எங்குப் பார்த்தாலும் இளஞ் சிவப்பு வர்ணத்தில் கட்டடத் தொகுப்புகள் முளைத்திருந்தன. இரவு முழுதும் சிறுசிறு நவ நாகரிகக் கடைகள் ஒளிவெள்ளத்தில் மிதந்தன. வாரக்கடைசியில், இளசுகள் தெருக்களில் வட்டமிட்டனர் அல்லது உணவகங்களில் தொலைக்காட்சி பார்த்தனர். ஞாயிற்றுக் கிழமைகளில் பெண்கள் வீட்டுக்குத் தேவையானதைப் பேரங்காடிகளுக்குச் சென்று வாங்கினர். எங்கள் கடையின் வெளிப்புறம் சாந்து பூசப்பட்டது. நியான் விளக்குகளால் அலங்கரிக்கப் பட்டிருந்தது. சில கடை உரிமையாளர்கள் கலையம்சத்தைக் கூட்டுவதற்காக முகப்பில் மரச் சிற்பங்களையும், பழைய பாணியில் எண்ணெய் விளக்குகளையும் பயன்படுத்தினர். மாலையில் வசூலை எண்ணிப் பார்ப்போம். ‘பொருட்களை விலையில்லாமல் கொடுத்தால்கூட வாடிக்கையாளர்கள் வரமாட்டார்கள் போலிருக்கிறது’ என்று சொல்லிக்கொள்வோம். எங்கள் ஊரில் ஒவ்வொரு தடவையும் ஒரு புதுக் கடை திறக்கும்போது, அப்பா சைக்கிளில் சென்று ஒரு நோட்டம் விட்டுவிட்டு வருவார்.

வருடம் முழுவதும் ஒரு கண்ணியமான வியாபாரம் நடத்திவர போராட வேண்டி இருந்தது. எங்கள் சுற்று வட்டாரத்தில் எங்குப் பார்த்தாலும் உழைப்பாளிக் குடும்பங்கள். அலுவலகத்துக்குச் செல்பவர்களெல்லாம் குளியலறை, கழிப்பறைகளோடு கூடிய தொகுப்பு வீடுகளுக்குச் சென்று விட்டனர். குறைந்த வருமானமுள்ள பெரிய குடும்பங்களும்

இளம் தம்பதிகளும் அரசுக் குடியமர்வை ஆவலோடு எதிர்பார்த்திருந்தனர். அவர்களிடம் "நீங்கள் நாளைக்குப் பணம் கொடுக்கலாம். எங்கே ஓடிப்போய்விடப் போகிறோம்" என்று சொல்லி வியாபாரம் நடத்துவதுண்டு. முதியோர் இல்லத்திலிருந்து வரும் வயதானோர் எல்லாம் இறந்து விட்டனர். அவர்களைத் தொடர்ந்து வந்தவர்களை வெளியில் சென்று குடித்துவிட்டு வர நிறுவனம் அனுமதிக்கவில்லை. இருப்பினும், புதிய வாடிக்கையாளர்கள் மகிழ்ச்சியோடு வந்து மது அருந்திவிட்டு உடனே பணம் கொடுத்துவிட்டுப் போய்க்கொண்டிருந்தார்கள். அதுதான் என் தந்தைக்கு சௌகரியமாக இருந்தது.

விடுமுறை முகாமில் கொஞ்ச நாள் பயிற்சியாளராக வேலை பார்த்தேன். திரும்பி வரும்போது, அப்பா என்னை அழைத்து வர வந்தார். என்னைத் தூரத்தில் பார்த்ததுமே அம்மா 'ஆஓ' என்று கூச்சலிட ஆரம்பித்துவிட்டார். பிறகு அவர்களை உற்றுப் பார்த்தேன். என் தந்தையின் தோள்கள் தளர்ந்தும், சூரிய ஒளியினால் தலை குனிந்தும் இருந்தார். அவர் காதுகள், முடி வெட்டிக்கொண்டதனாலோ என்னவோ, இளம் சிவப்பு நிறமாக இருந்தன. தேவாலயத்தின்முன் தெருவில் நின்று கொண்டு வீட்டுக்கு எப்படிப் போகலாம் என்று வாக்குவாதம் பண்ணிக்கொண்டிருந்தனர். அவர்கள் இதுவரை வெளியூருக்குப் போய் வந்தவர்களாகத் தெரியவில்லை. பேருந்தில் போகும்போது கவனித்தேன். அப்பாவின் நெற்றிப் பொட்டுக்குக் கீழ், கண்ணுக் கருகில் சிறு சிறு மஞ்சள் திட்டுக்கள் தெரிந்தன. முதல் தடவையாக நான் தொடர்ந்து இரண்டு மாதங்கள் வெளியூரில் இருந்திருக்கிறேன். வயதாகிவிட்ட என் தந்தையின் முகத்தில் கொஞ்சம் கடுகடுப்பு தெரிந்தது. பல்கலைக் கழகம் செல்ல எனக்கு அனுமதி இருக்காது என்று நினைத்தேன்.

சாப்பாட்டுக்குப் பிறகு, அவருக்கு வயிற்றில் ஏதோ அசௌகரியம். மருத்துவரிடம் செல்லப் பயந்துகொண்டு 'மில்க் ஆப் மெக்னீஷியா' சாப்பிட்டுவந்தார். ஒருவாறாக அவரை ருவான் நகர் சிறப்பு மருத்துவரிடம் அழைத்துப் போய் ஊடுகதிர்ப்படம் எடுத்துப் பார்த்ததில், அவர் வயிற்றில் ஒரு சிறு கட்டி இருந்தது தெரிய வந்தது. அதனை உடனே அகற்றியாக வேண்டுமென்றார்கள். இது வரை என் அம்மா 'அவர் ஒன்றுமில்லாததையெல்லாம் பெரிதுபடுத்திக்கொண்டிருந்தார்' என்று குறை சொல்லிக்கொண்டிருந்தாள். அவளுக்குச் செலவு பற்றிக் கவலை. பணம் செலவாவது குறித்து அவளிடம் குற்ற உணர்வும் ஏற்பட்டது. (அந்தக் காலத்தில் வியாபாரிகளுக்கு மருத்துவ உதவித் தொகை எதுவும் கிடையாது.) அப்பா அடிக்கடி 'இது என்ன தொல்லை' என்று சொல்லிக்கொண்டிருப்பார்.

அறுவைச் சிகிச்சைக்குப் பிறகு பரிந்துரைக்கப்பட்ட காலத்துக்குமேல் மருத்துவ மனையில் இருக்கவில்லை. வீட்டிலேயே தங்கி மெல்ல மெல்லக் குணமடைந்தார். ஆனால், அவருடைய பலமெல்லாம் போய்விட்டது. சரக்கு மூட்டைகளைத் தூக்கி இறக்க முடியவில்லை. தோட்டத்தில் நீண்ட நேரம் வேலை செய்ய முடியவில்லை. மீறிச் செய்தால் காயம் மீண்டும் ரணமாகிவிடக் கூடிய அபாயம் இருந்தது. சரக்கு மூட்டைகளை என் தாயார் கடையின் உள்ளிருந்து வெளியேயும், வெளியிலிருந்து உள்ளேயும் எடுத்துக்கொண்டு செல்லும் காட்சி என் கண் முன்னேயே நிற்கிறது. இரண்டு பேர் வேலையை அவர் ஒருவரே செய்தார். ஐம்பத்தொன்பது வயதில், அப்பா தன் சுயகௌரவத்தை இழந்து "நான் இனிமேல் எதற்கும் பயன்பட மாட்டேன்" என்று என் அம்மாவிடம் சொன்னார். அதில் பல அர்த்தங்கள் இருந்திருக்கலாம்.

இருப்பினும் அவர் சுதாரித்துக்கொண்டு ஒரு புது வாழ்வைத் தொடங்க முயன்றார். சிறு சிறு வசதிகளை அவர் விரும்பினார். அவர் தன் உடல் உணர்த்துவதை அறிய முற்பட்டார். உணவு விஷயத்தில் அவர் கவனமாக இருந்தார். வயிற்றுக்கு ஊறு விளைவிப்பதைக் கெட்டது என்றும், வயிற்றுடன் ஒத்துப் போவதை நல்லது என்றும் தரம் பிரித்தார். முதலில் மோந்து பார்த்துவிட்டுச் சரியாக இல்லையென்றால் அவ்வுணவைக் குப்பையில் போட்டுவிடுவார். யோகர்ட் அவருக்குப் பிடிக்காமல் போய்விட்டது. உணவகத்திலும் குடும்ப நிகழ்வுகளின்போதும் அவர் எடுத்துக்கொள்ளும் உணவு பற்றி விவாதிப்பார். வீட்டில் தயாரிக்கும் சூப் - தயார் நிலை சூப் ஆகியவற்றைக் குறித்துப் பேசுவார். அவரைச் சுற்றி அறுபது வயதைத்தொடும் நபர்களும் அதுபோன்ற உரையாடல்களில் ஈடுபடுவதுண்டு.

அவர் தன் ஆவல்களைப் பூர்த்திசெய்துகொள்ளத் தயங்க மாட்டார். அவருக்குத் தேவை ஒரு வேகவைத்த கறித்துண்டு அல்லது கொஞ்சம் பொரித்த இரால். கொஞ்சம் சாப்பிட்டதும் அவருக்கு ஆவல் அடங்கிவிடும். அதே சமயம், வேறொன்றும் வேண்டாமென்று சொல்லிவிட்டு 'நான் கொஞ்சம் பன்றிக்கறி சாப்பிடப்போகிறேன்' என்பார். "அரை கிளாஸ் மது கொடுங்கள்" என்பார். அவரிடம் சில விசித்திர பழக்கங்கள் உண்டு. பிரபல 'கொலுவாஸ்' சுருட்டின் மீது சுற்றியிருக்கும் தாளின் வாசனை பிடிக்காதென்று சொல்லிவிட்டு சிக்–சாக் தாளை அதன் மீது சுற்றிக்கொள்வார்.

ஞாயிற்றுக் கிழமைகளில் வீட்டிலேயே முடங்கிக் கிடந்து அலுத்து விடாமலிருக்க, காரில் சேன் நதிக் கரைக்குப் போய்வருவார். அங்கு அவர் முன்னொரு காலத்தில் வேலை

செய்த இடங்களைச் சுற்றிப் பார்ப்பார். கைகளைத் தொங்க விட்டிருப்பார். சில சமயங்களில் பின்புறமாகக் கட்டியிருப்பார். நடக்கும்போது கைகளை என்ன செய்ய வேண்டும் என்று அவருக்குத் தெரியாது.

கொட்டாவி விட்டுக்கொண்டு இரவு சாப்பாட்டுக்குக் காத்திருப்பார். "ஞாயிற்றுக் கிழமைகளில்தான் சோர்வு அதிகம் வருகிறது" என்பார்.

அரசியலும் உண்டு. "இதெல்லாம் (அல்ஜீரிய உள் நாட்டுக் கலகம், ஓ.ஏ.எஸ் பயங்கரவாதத் தாக்குதல் ...) எங்கே போய் முடியப்போகிறதோ" என்பார். அவர் மாபெரும் தலைவர் ஷார்ல் தெ கோலுடன் மனதளவில் உரிமை பாராட்டுவார்.

நான் ருவான் நகரில் உள்ள ஆசிரியர் பயிற்சியில் சேர்ந்தேன். அங்கு தேவைக்கு மேல் உணவு கிடைத்தது. துணிகளை வெளுத்துத் தருவார்கள். எடுபிடி ஆள் ஒருவர் காசு வாங்காமலேயே செருப்புகளைச் சரிசெய்து கொடுப்பார். என் தந்தைக்கு அது மிகவும் பிடித்திருந்தது. அங்கு எல்லாமே சலுகை விலையில் கிடைத்தன. தொடக்கத்திலிருந்தே அரசு எனக்குச் சமூகத்தில் ஓர் இடம் கிடைக்கும்படி பார்த்துக்கொண்டது. இந்நிலையில், நான் அதைவிட்டு வெளியேறியது என் தந்தைக்குப் பெரும் வியப்பாக இருந்தது. சுதந்திரமாக இருக்க வேண்டி, கொழுகொழுவென்று வளர்ந்திருந்த நான் ஒரு பாதுகாப்பான இடத்தை விட்டு வெளியில் வந்தது அவருக்குப் புரியவில்லை.

நான் நீண்ட நாள் லண்டன் போயிருந்தேன். அவர் என் மீது பாசமாய் இருப்பதை உணர முடிந்தது. நான் சுதந்திரமாக வாழ விரும்பினேன். அம்மா அக்கம்பக்கத்தில் நடப்பதைப் பற்றித் தெரிவிப்பாள் – "இப்போது இங்குக் குளிர் அதிகம், ஆனால் அது தற்காலிகமானதுதான்"; "ஞாயிறன்று கிரான்வில்லில் நண்பர்களைப் பார்த்து வந்தேன். வயதான திருமதி . . . அறுபது வயதில் இறந்து போய்விட்டார். அவருக்குச் சாவக்கூடிய வயதில்லை." அம்மா கடிதங்களில் விளையாட்டாக எதுவும் எழுதுவதில்லை. இந்த அளவுக்கு வார்த்தைகளையும் சொற்றொடர்களையும் தேடி எழுதுவதே பெரும் பாடு. அவளால் பேசுவதுபோல் எழுதுவது இன்னும் கடினம். கடிதத்தில் அப்பாவின் கையெழுத்து இருக்கும். பதிலுக்கு நானும் அதே நடையில் எழுதுவேன். கொஞ்சம் இலக்கிய நயத்துடன் எழுதினால் அவர்களை விட்டு நான் விலகிப் போவதாகிவிடும்.

வீட்டுக்குத் திரும்பிவிட்டு மீண்டும் வெளியூர் போகக் கிளம்பிவிட்டேன். ருவானுக்குச் சென்று அங்கு இலக்கியம் படித்தேன். என்னோடு விவாதிப்பதை விட்டுவிட்டார்கள்.

வழக்கம்போல், சின்னச் சின்ன குறைகள் சொல்வார்கள் – "ருவானில் என்ன செய்கிறாய்? பேராலயத்தைச் சுற்றி வந்து பாதிரியாரிடம் என்ன சொல்லப் போகிறாய்?"; "இங்குப் பழச்சாறுக்குப் பஞ்சம். யாரைக் குறை சொல்வதென்று தெரியவில்லை". இடத்தைப் புதுப்பிப்பதற்கு அப்பா திட்டங்கள் வைத்திருந்தாலும், புதிய வாடிக்கையாளர்களை ஈர்ப்பதற்கான வழிவகைகள் அவருக்குத் தெரியவில்லை. பழைய வாடிக்கையாளர்களைக்கொண்டு அவர் திருப்தியடைந்தார். அவர்கள் நகரின் புதிய பகுதியில் வந்திருக்கும் கடைகளில் விற்கப்படும் உணவுப் பொருட்களையும், அங்கு அவர்கள் உடைகளை மேலும் கீழுமாகப் பார்க்கும் இளம் பெண்களையும் கண்டு பயந்தார்கள். அவருக்கு ஆர்வம் குன்றி விட்டது. கடை உயிருள்ளவரைக்கும் வயிற்றிற்கு உணவளிக்கும். இறந்தபின் அது போய்விடும். அதுபோதும் அவருக்கு.

வாழ்க்கையை அனுபவித்துப் பார்க்க முடிவு செய்திருந்தார். அம்மா எழுந்ததற்குப் பின் எழுந்தார். உணவகத்திலும் தோட்டத்திலும் சின்னச் சின்ன வேலைகள் செய்தார். தினத் தாளை முதல் பக்கத்திலிருந்து கடைசி பக்கம்வரை படித்தார். வருவோர் போவோரிடம் நீண்ட உரையாடலில் ஈடுபட்டார். மரணத்தைப் பற்றிய சொல்லாடல்களை உதிர்த்தார் – நம் அனைவருக்கும் என்ன முடிவு என்று எல்லோருக்கும் தெரியும் என்பார். ஒவ்வொரு தடவையும் நான் வீட்டுக்குத் திரும்பி வரும்போதும் "உன் அப்பாவைப் பார், எவ்வளவு சந்தோஷமாக இருக்கிறார்" என்று அம்மா சொல்வாள்.

கோடைக்காலக் கடைசியில், செப்டம்பர் மாதம் வந்ததும், சன்னல்களைச் சுற்றி வரும் வண்டுகளைக் கைக்குட்டையால் பிடித்து ஏற்றிவைத்திருந்த வெப்பத்தணலில் வீசியெறிவார். அவை சுருண்டு விழுந்து துடிக்கும்; பின்னர் நெருப்பு அவற்றை விழுங்கிவிடும்.

என்னுடைய வினோதமான – இயல்பை விஞ்சிய வாழ்க்கையைக் கண்டு அவர் கவலைப்படவில்லை; உணர்ச்சிவசப்படவுமில்லை. இருபது வயதைத் தாண்டியும் நான் படிக்கிறேன் என்ற விஷயத்தை அவர் சகஜமாக நினைக்க ஆரம்பித்துவிட்டார். வாடிக்கையாளர்களிடம் அவர் "அவள் ஆசிரியர் ஆவதற்குப் படிக்கிறாள்" என்று சொல்லிக்கொண்டிருந்தார். எந்தத் துறையில் என்பது அவருக்கு முக்கியமல்ல. நான் சொன்னதை அவர் மறந்துவிடுவார். 'பிரெஞ்சு மொழியும் பிரெஞ்சு இலக்கியமும்' ஸ்பானிஷ் மொழி அல்லது கணிதம் போன்று புரிந்துகொள்ள இயலாத துறை. அவர்கள் என்னை மேற்படிப்பு படிக்கவைப்பதனால், அவர்களைப்

பற்றி மற்றவர்கள் ‘வசதியானவர்கள்’ - ‘பணக்காரர்கள்’ என்று நினைத்துவிடுவார்களோ என்ற பயமும் இருந்தது. எனக்கு அரசாங்க உதவித் தொகை கிடைத்ததென்று சொல்லமாட்டார். ஏனென்றால், மற்றவர்கள் நாங்கள் அதிர்ஷ்டக்காரர்கள் - அரசாங்கம் எனக்கு வீண் செலவு செய்கிறதென்று நினைக்கக் கூடுமல்லவா? மற்றவர்களுடைய பொறாமை பொச்சரிப்பு அவரிடம் கலக்கத்தை ஏற்படுத்தும். அது சமூகச் சூழலால் வந்த வினை. சில சமயம் இரவெல்லாம் வெளியில் சுற்றிவிட்டு ஞாயிறன்று காலையில் வீட்டுக்கு வந்து மாலைவரை தூங்குவேன். எதுவும் சொல்ல மாட்டார்கள். மாறாக, வரவேற்பார்கள். ஒவ்வொரு இளம்பெண்ணுக்கும் தீங்கு விளைவிக்காத சில கேளிக்கைகள் தேவைப்படுவது இயல்புதான் என்று நினைத்தார்கள். அதே சமயம், அவர்களுக்குத் தெரியாத உலகத்தைப் பற்றி அவர்கள் கற்பனை செய்தும்கூட இருக்கலாம். நான் பழகும் நடுத்தர வர்க்க அறிவு ஜீவிகளுக்கு இதெல்லாம் தேவை என்று நினைத்திருக்க வாய்ப்பிருக்கிறது. தொழிற்சாலையில் வேலை செய்யும் பெண் ஒருத்தி திருமணத்தின்போது கர்ப்பமாக இருந்தால் அது ஊருக்கே தெரிந்துவிடும்.

கோடை விடுமுறையின்போது, எங்கள் ஊருக்கு, ஓரிரு பள்ளித் தோழிகளை அழைப்பதுண்டு. அவர்களிடம் தப்பெண்ணம் எதுவும் இருக்காது. ‘மனதுதான் முக்கியம்’ என்றிருப்பவர்கள். எங்கள் குடும்பத்தைப் பற்றி அவர்கள் குறைவாக மதிப்பிட்டுவிடாமலிருக்க, அவர்களிடம் “நாங்கள் சாதாரணமானவர்கள்தான்” என்று முன்கூட்டியே சொல்லிவிடுவேன். நன்னடத்தை கொண்ட அப்பெண்களை வரவேற்பதில் என் தந்தைக்குப் பெரும் மகிழ்ச்சியாகத்தான் இருந்தது. அவர்களிடம் அதிகமாகப் பேசுவார். மரியாதை நிமித்தம் அவர்கள் சம்பந்தப்பட்ட விஷயங்களைக் கூர்ந்து கவனிப்பார். உணவு அளிப்பதில்தான் எப்போதும் பிரச்னை வரும். என்ன சமைக்க வேண்டும் என்ற கவலை ஏற்படும். அப்பா விருந்தோம்பலில் அதிகக் கவனம் செலுத்துவார். “மிஸ் மௌனவியேவுக்குத் தக்காளி பிடிக்குமா?” என்று கேட்பார். மாறாக, என் தோழி எவளாவது என்னை வீட்டுக்கு அழைத்து , நான் அவள் வீட்டுக்குப் போனால், அவள் வீட்டின் அன்றாட நடைமுறையில் மாற்றம் இருக்காது. நான் அவர்களின் இயல்பான வாழ்க்கை முறையைப் பகிர்ந்துகொள்வேன். நான் போனதால் அவர்கள் உலகைப் பற்றி அந்நியப் பார்வை எதுவும் இருக்காது. ஏனென்றால், நான் என்னுடைய பழக்க வழக்கங்களை மறந்து விட்டுத்தான் அங்குச் செல்வேன். அவள் வீட்டுக்குப் போய்ச் சாப்பிடுவது ஒரு சாதாரண விஷயம். அவள் எங்கள் வீட்டுக்கு வந்து சாப்பிடுவது ஒரு வைபவமாகிவிடும். என் தோழிகளை

விழுந்து விழுந்து உபசரித்து, தனக்கும் விருந்தோம்பல் பற்றித் தெரியும் என்று என் தந்தை காட்டிக்கொள்வார். அவரிடமிருந்த தாழ்வு மனப்பான்மையைத் தங்களையே அறியாமல் அவர்கள் புரிந்து கொள்வதுண்டு, "வணக்கம் ஐயா, நீர் எப்படி இருக்கீர்?" என்று கேட்பதுண்டு.

ஒரு நாள் என்னிடம் பெருமையாக "உன் கௌரவம் குறையாத வகையில்தான் நான் எப்போதும் நடந்து கொண்டிருக்கிறேன்" என்றார்.

கோடைக்கால கடைசியில் ஒரு நாள் என் வீட்டுக்கு அரசியல் ஆய்வியல் மாணவன் ஒருவனை அழைத்து வந்தேன். அவனுடன் எனக்குப் பழக்கம் ஏற்பட்டிருந்தது. என் குடும்பத்தில் அவன் அடியெடுத்து வைத்த நிகழ்வு பெரிய சடங்காக இருந்தது. மற்ற குடும்பங்களிலெல்லாம் இளவயது ஆண் நண்பர்கள் சாதாரணமாகப் போய் வருவார்கள். எங்கள் வீட்டில் அப்படியல்ல. என் தந்தை கோட்டு, சூட், டையெல்லாம் அணிந்திருந்தார். அவருக்கு ஒரே மகிழ்ச்சி. தன் வருங்கால மருமகனைத் தன் மகன்போல் பாவிக்க முடியும் என்றும், சமூக இடைவெளிகளைக் கடந்து ஆண் மகன் என்ற ரீதியில் அவனுடன் ஒரு அன்னியோன்னியத்தை ஏற்படுத்திக்கொள்ளலாம் என்றும் நினைத்துப் பூரிப்படைந்தார். அவனுக்குத் தோட்டத்தை அழைத்துச் சென்று காட்டினார். தன் கையாலேயே கட்டிய கார் நிறுத்தக் கட்டடத்தைக் காட்டினார். இதையெல்லாம் காட்டி, தன் மகளைத் திருமணம் செய்து கொள்ளப் போகும் இளைஞனின் அங்கீகாரத்தைப் பெற்றுவிட நினைத்தார். அவனிடம் அவர்கள் எதிர்பார்த்ததெல்லாம் நன்னடத்தை மட்டுமே. அந்தத் தகுதியையே அவர்கள் அதிகம் பாராட்டினர். ஏனென்றால், அது அவர்களைப் பொறுத்த வரையில் ஒரு பெரும் சாதனை. ஓர் ஆலைத் தொழிலாளியிடம் அவர்கள் தேடும் தகுதிகளை என்னோடு வந்தவனிடம் தேடவில்லை. அவன் உழைப்பாளியா அல்லது குடிகாரனா என்றெல்லாம் அவர்களுக்குத் தெரிந்துகொள்ளும் ஆசையில்லை. நிறைய படித்திருப்பதும் நன்னடத்தைகொண்டிருப்பதும் அகத்தின் தலையாயத் தகுதிகள் – அவை ஒரு மனிதனின் கூடவே பிறந்த குணங்கள் என்று அவர்கள் தீர்க்கமாக நம்பினர்.

பல ஆண்டுகளாக அவர்கள் அதை எதிர்பார்த்துக் காத்திருந்ததால், அவர்களுக்கு ஒரு பாரம் குறைந்தது. நான் ஏதோ வழிப்போக்கன் ஒருவனையோ, சமூகத்தால் புறக்கணிக்கப்பட்ட ஒருவனையோ மணந்துகொள்ளப் போவதில்லை என்று திண்ணமாகத் தெரிந்துவிட்டது. அப்பா, தான் இதுவரை சேர்த்து வைத்ததெல்லாம் இந்த இளம் தம்பதியினருக்குப் போய்ச் சேர விரும்பினார். அவருக்கும் அவர் வருங்கால

மருமகனுக்கும் இடையே உள்ள வேறுபாடுகளைச் சமன்படுத்த இதுபோன்ற தாராளமான சீதனம் பயன்படும் என்று நிச்சயமாக நம்பினார். 'எனக்கும் உன் அம்மாவிற்கும் இனிமேல் அதிகத் தேவை இருக்காது' என்றார்.

❍❍❍

திருமண வரவேற்பு, சேன் நதிக்கு எதிரில் அமைந்திருந்த ஓர் உணவு விடுதியில் நடந்தது. அவர் தலையை நெட்டுக்குத்தாக வைத்திருந்தார். கைகளை அவர் தொடையில் பரப்பப் பட்டிருந்த விரிப்பில் வைத்திருந்தார். சாப்பாடு பரிமாறக் காத்துச் சலித்துப் போயிருக்கும் ஒருவரைப் போல், ஏதோ ஒன்றைப் பார்த்து இலேசாகப் புன்சிரிப்பை உதிர்த்துக்கொண்டிருந்தார். அப் புன்சிரிப்பு இன்னொன்றையும் உணர்த்தியது – இன்றைய தினம் நடந்ததெல்லாம் நன்றாகவே நடந்தது எனும் திருப்தி. கோடு போட்ட நீல நிறக் கோட் அணிந்திருந்தார். அளவெடுத்துத் தைத்தது. வெள்ளைச் சட்டையின் கையில் முதல்தடவையாக பொத்தான் வைத்துத் தைத்திருந்தார். காட்சி நினைவில் உறைந்து விட்டது. விருந்தினர்களிடம் சிரித்துப் பேசிக்கொண்டிருந்தபோதே அவர் பக்கம் பார்வையைத் திருப்பினேன். அவர் மகிழ்ச்சியில் மிதக்கவில்லை.

அதன் பிறகு அவர் எங்களை எப்போதாவதுதான் சந்தித்தார்.

என் கணவர் ஆல்ப்ஸ் மலையில் சுற்றுலா நகரமொன்றில் நிர்வாக வேலை பார்த்தார். சுவர்களெல்லாம் சணல் நாரால் மூடப்பட்ட ஒரு வீட்டில் வசித்தோம். உணவுக்குமுன் விஸ்கி பரிமாறுவோம். வானொலியில் பதினாறாம் நூற்றாண்டு இசை கேட்போம். கட்டடக் காப்பாளரிடம் மரியாதைக்காக ஓரிரு வார்த்தைகள் பேசுவோம். இவ்வாறு, புதிய உலகமொன்றில் புகுந்தேன். அங்கு மற்றவையெல்லாம் பின்புலனாகத்தான் இருந்தன. அம்மா "கொஞ்ச நாள் இங்கு வந்து தங்கி ஓய்வெடுத்துவிட்டுப் போகலாமே" என்று எழுதுவார். தங்களைப் பார்க்க வருமாறு கூறமாட்டார். நான் மட்டும் போவேன். அவர்கள் மருமகன் வராததற்கு அலட்சியம்தான் காரணம் என்பதை மறைத்துவிடுவேன். அது இயல்பு என்றும் ஏற்றுக்கொண்டேன். அவர் நடுத்தர வர்க்கத்தில் பிறந்தவர். பட்டங்கள் பல பெற்றவர். எல்லாவற்றையும் ஏளனமாகப் பார்ப்பவர். அப்படிப் பட்டவர், என் பெற்றோர்களை நல்லவர்கள் என்று ஒப்புக்கொண்டாலும், அடிப்படையில் அவர்களிடம் குறை காண்பது இயல்புதான். அவர்களிடம் அறிவு ஜீவிகளுடனான உரையாடலில் ஈடுபடமுடியாது. அவர்கள் வீட்டில் ஒரு கண்ணாடி விழுந்து உடைந்துவிட்டால், 'அதனைத் தொடாதே. அது வீழ்ந்து

உடைந்த ஒன்று' என சுல்லி புருய்தோம் என்ற கவிஞர் சொன்ன வார்த்தைகளை உதிர்ப்பார்கள்.

நான் பாரிசிலிருந்து வரும் ரயிலில் வந்திறங்குவதை எதிர்பார்த்து அவள்தான் வெளியே போகும் வழியில் காத்திருப்பாள். என் கையிலிருந்து வலுக்கட்டாயமாக என் பையைப் பிடுங்கிக்கொள்வாள். "அது கனமாக இருக்கிறது. உனக்குப் பழக்கமில்லை" என்பாள். பலசரக்குக் கடையில் ஓரிரு வாடிக்கையாளர்கள் இருப்பார்கள். அப்பா ஒரு கணம் வியாபாரத்தை நிறுத்திவிட்டு வந்து அவசர அவசரமாக முத்தமிட்டுச் செல்வார். நான் சமையலறையில் போய் உட்காருவேன். அவள் மாடிப்படி ஓரத்திலும், அவர் உணவகத்தின் கதவருகிலும் நின்று கொண்டிருப்பார்கள். அந்த வேளையில் மேசைகள் மீதும், கல்லாவின் கண்ணாடிகள் மீதும், நாங்கள் பேசுவதைக் கேட்டுக்கொண்டிருக்கும் வாடிக்கையாளர் ஒருவரின்மீதும் சூரிய ஒளி வந்து பாயும். வீட்டைவிட்டு வெகு தொலைவில் இருந்தபோது என் பெற்றோர்களின் பேச்சு, நடையுடை பாவனைகளையெல்லாம் மறந்துவிட்டு அவர்களைக் கருத்தளவில் பார்த்தேன். திரும்பி வந்ததும், நான் மறந்ததெல்லாம் எதிரில் வந்து நின்றன. அவர்கள் உண்மையான, ஓங்கி ஒலிக்கும் குரல், அவர்கள் 'அவள்' என்று சொல்வதற்குப் பதில் 'அ' என்று சொல்வது – இவையெல்லாம் நிஜத்தில் உணரவேண்டி யிருந்தது. பேச்சிலும் நடத்தையிலும் இருந்த ஒருநாசூக்கை நான் இயல்பான ஒன்றாக நினைத்தேன். ஆனால் அவர்கள் எப்போதும்போல்தான் இருந்தார்கள்.

நான் கொண்டுவந்த பரிசுப் பொருளை அவரிடம் கொடுத்தேன். சவரம் செய்துகொண்ட பின் பயன்படுத்தும் லோஷன் அது. அதைக் கொடுத்ததும் அவரிடம் ஓர் இக்கட்டான சிரிப்பு. "இதைப் போட்டுக்கொண்டால் விலைமாது மீதிருந்து வீசும் மணம்போல் என்மீதிலிருந்தும் வீசும்" என்றார். இருந்தபோதும், தான் அதனைக் கட்டாயம் பயன்படுத்தப் போவதாக உறுதி கூறினார். ஒரு பரிசுப் பொருள் குறித்துக் கேவலமான மனக்கசப்பு. எனக்கு முன்புபோல் அழுகை அழுகையாய் வந்தது. "அவர் ஒரு போதும் திருந்தவே மாட்டார்" என்று எனக்குள் சொல்லிக்கொண்டேன்.

பிறகு, சுற்று வட்டார மக்களைப் பற்றிப் பேசினோம். நிறைய பேர் Y–ஐ விட்டுப் போய்விட்டனர். சிலர் திருமணமாகிச் சென்றுவிட்டனர். இன்னும் சிலர் இறந்துபோய் விட்டனர். நான் என்னுடைய குடியிருப்பு, குடியிருப்பில் உள்ள விலையுயர்ந்த பழங்கால அலமாரி, சிவப்பு வெல்வெட்டால் மூடப்பட்ட நாற்காலிகள், ஹை–ஃபிக்கள், முதலியவற்றை விவரித்தேன்.

அவரே அறிந்திராத ஆடம்பரத்தை நான் அனுபவிக்குமாறு என்னை வளர்த்திருந்தார். அவருக்கு அது மகிழ்ச்சிதான். ஆனால், டன்லப்பில்லோ பழங்கால இழுப்பறைப் பெட்டி முதலியவற்றிலோ அவருக்கு ஈடுபாடு இல்லை. என் அந்தஸ்து உயர்ந்துவிட்டதற்கு அவை சான்றுகள் என்று நினைத்தார். அடிக்கடி "நீ அனுபவித்துப் பார்ப்பதில் அர்த்தம் இருக்கிறது" என்று சுருக்கமாகச் சொல்லிவிடுவார்.

நான் அவர்களோடு நீண்ட நாட்கள் தங்கவில்லை. ஒரு பாட்டில் மதுவை என் கணவருக்கு எடுத்துச் செல்லும்படிக் கேட்டுக்கொண்டார். "சரி, சரி, அடுத்த தடவை அவர் வரும்போது பார்த்துக்கொள்கிறேன்" என்றார். அவர் உணர்வுகளை வெளியில் காட்டிக்கொள்ள மாட்டார். அவ்வளவு சுயமரியாதை!

Y இல் முதல் பேரங்காடித் திறந்தார்கள். எல்லாத் திசையிலிருந்தும் தொழிலாளிகள் வர ஆரம்பித்தனர். அவர்களாக எது வேண்டுமானாலும் யாரிடமும்எதுவும் கேட்காமல் வாங்கி வரலாம். இருந்தும்கூட, நகரத்தில் வாங்க மறந்துவிட்ட காஃபித் தூள், பதப்படுத்தப்படாத பால், பிள்ளைகளுக்கு சுவிங்கம் முதலானவற்றை வாங்கச் சாதாரண பலசரக்குக் கடையும் தேவைப்பட்டது. அப்பா கடையை விற்றுவிடலாமென்று நினைத்தார். கடை வாங்கும்போதே வாங்கிய ஒரு சிறு வீடு இருந்தது. அங்கு இரண்டு அறைகள், ஒரு சமையலறை, ஒரு சேமிப்பு அறை ஆகியவை இருந்தன. கையிருப்பில் இருந்த தரமான ஒயின், இன்னும் சில அத்தியாவசியப் பொருட்கள் – தற்போதைக்கு இவை போதும். நாளாகாத முட்டைகளுக்காகச் சில கோழிகள் வளர்க்கலாம். அவ்வப்போது எங்களை வந்து பார்க்கலாம். அறுபத்தைந்து வயதில் அவருக்குச் சுகாதாரக் காப்பீடு கிடைத்தது குறித்து திருப்திதான். மருந்துக் கடையிலிருந்து திரும்பி வந்ததும் மேசைக்குமுன் அமர்ந்து, அரசாங்கத்திடமிருந்து பணத்தைத் திரும்பப் பெற வேண்டி ரசீதுகளையெல்லாம் ஒழுங்காகச் சேகரித்து வைப்பதில் அவருக்கு ஒருவித மகிழ்ச்சி.

அவருக்கு வாழ்க்கைமீது பிடிப்பு அதிகரித்தது.

❍❍❍

கடந்த நவம்பர் மாதம் இந்தக் கதையை எழுதத் தொடங்கியதிலிருந்து பல மாதங்கள் கடந்துவிட்டன. இவ்வளவு காலம் பிடித்ததற்குக் காரணம், மறந்துவிட்ட நினைவுகளைத் தோண்டியெடுப்பது கற்பனையால் உருவாக்குவதைவிடக் கடினமானது. எங்கள் கடையிலிருந்த பழுதான மணியின் ஓசை, அதிகமாகக் கனிந்துவிட்ட மெலான் பழங்களின் வாசனை – இவையெல்லாம் வேண்டுமானால் என்னுடைய கோடை விடுமுறை நாட்களைக் கண்முன் நிறுத்தலாம். அது என் தனிப்

பட்ட வாழ்க்கையைச் சார்ந்தவை. வானத்து வண்ணங்களும், ஆற்றின்மீது படர்ந்திருக்கும் பாப்ளர் மரங்களின் நிழலும் எனக்கு நினைவுக்கு வரலாம். அதனால் பயனில்லை. நான் தேடுவது வேறு மாதிரி நினைவுகள். ரயில் நிலையத்தில், காத்திருக்கும் அறைகளில், பயணிகள் அலுத்துப் போய்த் தங்கள் குழந்தைகளைக் கூப்பிடும் விதத்திலும், விடைபெறும்போது கையசைக்கும் விதத்திலும் என் தந்தையின் உருவத்தைத் தேடுகிறேன். தெருக்கோடியில் அல்லது பயணிகள் நிறைந்த பேருந்தில் தென்படும் முன்பின்தெரியாத மனிதர்களின் முகத்தில் தோன்றும் வெற்றிச் சின்னம் அல்லது தோல்விச் சின்னம் என் தந்தையின் சமூக நிலையை நினைவுக்குக் கொண்டுவந்தன.

வசந்தம் இன்னும் வரவில்லை. நவம்பர் மாதம் முதல் ஈரமான – குளிர்காலக் கடைசி நாட்களில் கூட அதிக வெப்பமில்லாத ஒரு பருவகாலத்தில் நான் மாட்டிக்கொண் டிருப்பதுபோன்ற உணர்வு எனக்கு ஏற்பட்டது. என் புத்தகத்தின் முடிவைப்பற்றி நினைக்க மாட்டேன். இருந்தாலும், முடிவு நெருங்குவது எனக்குத் தெரியும். ஜூன் தொடக்கத்தில், வெப்பம் அதிகரிக்க ஆரம்பித்தது. காலையில் வீசும் மணத்தைக்கொண்டு, அன்றைய நாள் நல்ல நாளாக இருக்கும் என்பதில் நிச்சயமாக இருப்போம். வெகு சீக்கிரமே என்னிடம் எழுதுவதற்கு ஒன்றும் இருக்காது. கடைசிப் பக்கங்களைக் காக்க வைக்க விரும்பினேன். அவற்றை என் கண் முன்னாலேயே வைத்திருந்தேன். ஆனால், வெகுதூரம் பின்னோக்கிச் சென்று அவற்றைத் திருத்துவதோ, அவற்றோடு வேறு தகவல்களை இணைப்பதோ முடியாத காரியமாயிற்று. எப்படிச் செய்வது நல்லது என்றும் தெரிய வில்லை. காலை ரயிலில் கிளம்பிப் போய் எப்போதும்போல் மாலையில் வருவது வழக்கம். இந்தத் தடவை, என் இரண்டரை வயது பையனுடன் திரும்பி வந்தேன்.

அம்மா தடுப்புச் சுவர் அருகில் காத்திருந்தாள். கடைக் காரர்கள் அணியும் கோட் அணிந்திருந்தாள். தலையில் ஒரு துண்டு சுற்றியிருந்தாள். என் திருமணத்திற்குப் பிறகு முடிக்குச் சாயம் அடிப்பதை நிறுத்திவிட்டாள். பையன் நீண்ட பயணத்தால் களைத்துப் போய் இருந்தான். ஒன்றும் பேசவில்லை. அவனுக்கு ஒன்றும் புரியாது. அவனை முத்தமிட்டுவிட்டுக் கையைப் பிடித்து அழைத்துச் சென்றாள் அம்மா. வெப்பம் அவ்வளவு அதிகமாக இல்லை. அம்மா தனக்கேயுரிய பாணியில் வேகமாக நடந்து சென்றாள். திடீரென்று வேகத்தைக் குறைத்துக்கொண்டு 'பாவம், அவன் குட்டிக் கால்களை மறந்துவிட்டோம்' என்றாள். என் தந்தை சமையலறையில் எங்களுக்காகக் காத்திருந்தார். வயதானது தெரியவில்லை. அம்மா காரணத்தைச் சொன்னாள். அன்றைக்கு

முதல் நாள்தான் முடிவெட்டிக்கொண்டாராம் – தன் பேரனைக் கௌரவிப்பதற்காக! பிறகு, ஒரே கூச்சலும் குழப்பமுமாக இருந்தது. பதில் எதுவும் எதிர்பார்க்காமலேயே என் பையனிடம் கேள்வி கேட்டார்கள். அவனைத் தொந்தரவு செய்வதாக ஒருவரையொருவர் குற்றம் சொல்லிக்கொண்டார்கள். அவன்குடும்பத்தில் யாரைப்போல் இருக்கிறான் என்று பார்த்தார்கள். அம்மா அவனை அழைத்துப் போய் மிட்டாய் பாட்டில்களைக்காட்டினாள். என் தந்தை அவனைத்தோட்டத்துப் பக்கம் அழைத்துபோய்ப் பழ மரங்களையும் முயல்களையும் வாத்துக்களையும் காண்பித்தார். அவனை என் பெற்றோர்கள் முழுவதுமாக ஆட்கொண்டு அவனுக்கு வேண்டியதையெல்லாம் தாங்களே முடிவு செய்தனர். நான் அவனைப் பராமரிக்க இயலாத சிறு பெண் என்று கருதினர்போலும். என்னுடைய கல்விக் கொள்கையை அவர்கள் ஏற்றுக்கொள்வதற்குத் தயங்கினர். நான் பிற்பகல் அவன் சற்றுத் தூங்க வேண்டுமென்றும், இனிப்புவகைகளை முற்றிலும் நீக்க வேண்டுமென்றும் சொல்வேன். அவர்கள் அதையெல்லாம் முழுமனதோடு ஏற்றுக் கொள்ளவில்லை. நாங்கள் நால்வரும் சன்னலருகில் அமர்ந்து ஒன்றாகச் சாப்பிட்டோம். என் பையன் என் மடியில் உட்கார்ந்து கொண்டான். அது ஓர் அற்புதமான மாலைப் பொழுது. எங்கும் மகிழ்ச்சி பொங்கும் அமைதி. மன பாரம் எல்லாம் மறைந்து விட்டது போல் இருந்தது.

என்னுடைய பழைய படுக்கையறை பகல்பொழுதின் வெப்பத்தைத் தேக்கி வைத்திருந்தது. என் கட்டிலுக்கருகே என் பையனுக்காக ஒரு சிறு கட்டிலுக்கு ஏற்பாடு செய்திருந்தனர். படுக்கையில் படிக்க முயன்றேன். இரண்டு மணிநேரம் தூக்கம் வரவில்லை. என் கட்டிலருகிலிருந்த விளக்கை எரிய வைத்தேன். அது கறுத்துப் போய்க் கொஞ்ச நேரத்தில் நின்று விட்டது. பளிங்குப் பீடத்தில் ஒரு பந்துபோலிருந்த அந்த விளக்குக்கு அடியில் பித்தளையிலான முயல் ஒன்று கால்களை மடித்துக்கொண்டு அமர்ந்திருக்கும். ஒருகாலத்தில் அது மிக அழகாக இருந்தது. பின்னர் அது உடைந்து போயிற்று. பொருட்களை அலட்சியப்படுத்திவிட்டார்கள். உடைந்த பொருட்களைச் சரி செய்வதில்லை என் வீட்டில்.

○○○

இது வேறொரு காலகட்டம்.

நான் தாமதமாக எழுந்தேன். அடுத்த அறையில் அம்மா அப்பாவுடன் மெதுவாகப்பேசிக்கொண்டிருந்தாள். அதிகாலையில் கழிவறைக்குப் போகும் முன்னரே அவருக்கு வயிறு சரியில்லை

என்று அம்மா சொன்னாள். அது அஜீரணக் கோளாறு என்று அவள் நினைத்தாள். முந்தைய நாள் நண்பகல் உணவின்போது மீந்துபோன கோழிக் கறி சாப்பிட்டது காரணமாக இருக்கலாம். அவள் தரையைச் சுத்தம் செய்வதில் கவனமாக இருந்தாள். நெஞ்சு வலி இருப்பதாக அப்பா சொன்னார். அவர் குரலில் மாற்றம் இருந்தது. சிறுவன் மாடிக்குச் சென்று பார்த்தபோது அவரால் அவனைக் கண்டுகொள்ள முடியவில்லை. கட்டிலில் ஆடாமல் அசையாமல் மல்லாக்கப் படுத்திருந்தார்.

மருத்துவர் நேராக மாடிக்குச் சென்று அவரைப் பார்த்தார். கடையில் வியாபாரத்தைக் கவனித்துக்கொண்டிருந்த அம்மா உடனேயே மருத்துவரோடு சென்றுவிட்டாள். இருவருமாகச் சேர்ந்தே இறங்கி வந்தனர். இறங்கி வந்ததும், மருத்துவர் அம்மாவிடம் அப்பாவை ருவான் நகர் மருத்துவமனைக்குக் கொண்டு செல்ல வேண்டுமென்று காதில் முணுமுணுத்தார். அம்மா அழத்தொடங்கிவிட்டாள். "அவர் வயிற்றுக்கு ஒத்துப் போகாததைச் சாப்பிட அடம் பிடிக்கிறார்" என்று என்னிடம் சொல்லியிருந்தாள். அவருக்குச் சுத்தமான கனிம நீர் கொண்டு கொடுக்கும்போது "உன் வயிறு பிணியைத் தாங்கிக் கொள்ள முடியாத வயிறு என்று உனக்குத் தெரியும்"என்றாள். அவளுக்கு ஒன்றும் புரியவில்லை. சாதாரண அஜீரணக் கோளாறு இவ்வளவு பிரச்சினையாகும் என்று அவள் எதிர்பார்க்கவில்லை. அப்பாவைச் சோதித்த மருத்துவர் பயன்படுத்திய துண்டை முடிவதும் அவிழ்ப்பதுமாக இருந்தாள். மருத்துவர் அவளைச் சாந்தப் படுத்துவதுபோல் "மாலைவரை காத்திருக்கலாம். அது வெப்பத்தின் தாக்கமாகக்கூட இருக்கலாம்" என்று சொன்னார்.

நான் மருந்து வாங்கப் போனேன். அன்றைய நாள் நிறைய வேலை இருக்கும்போல் தோன்றியது. மருந்துக் கடைக்காரர் என்னை அடையாளம் கண்டுகொண்டார். நான் சென்ற ஆண்டு வந்தபோது இருந்ததை விடச் சாலையில் அவ்வளவு அதிகமான கார்கள் இல்லை. நான் சிறுமியாக இருந்த காலத்திலிருந்து எல்லாம் ஒரே மாதிரியாகத்தான் இருந்தது. ஆகையால், என் தந்தை நோயுற்றிருப்பதை என்னால் கற்பனை செய்தும் பார்க்க இயலவில்லை. கூட்டு வைப்பதற்காகக் காய்கறிகள் வாங்கினேன். கால நிலை அற்புதமாக இருக்கும்போது அப்பா இன்னும் எழுந்து நடமாடாததைக் கண்டு வாடிக்கையாளர்கள் கவலைப் பட்டார்கள். ஒவ்வொருவரும் அவர் நோய்க்கு ஒரு பொதுவான விளக்கம் கொடுத்தார்கள். அவர்கள் அனுபவத்தைச் சொன்னார்கள் – "நேற்று பூங்காக்களில் குறைந்தது நாற்பது டிகிரி வெப்பமாவது இருந்திருக்கும். நானே கூட அங்கு நின்றிருந்தால் மயக்கம் போட்டு விழுந்திருப்பேன்" அல்லது

"இவ்வளவு வெயில் நமக்கு நல்லதல்ல. நேற்று நான் எதுவுமே சாப்பிடவில்லை" என்று சொன்னார்கள். என் தாயாரைப் போலவே, அவர்களும் நினைத்தார்கள். "இயற்கையின் விதியை மதிக்காமல், ஓர் இளைஞனைப் போல் நடந்துகொண்டால் இதுதான் தண்டனை. அவர் மீண்டும் இதுபோல் நடந்து கொள்ளக் கூடாது" என்றார்கள்.

என் பையன், தான் சாப்பிட்டுத் தூங்கும் வேளையில் அவர் கட்டிலருகில் சென்று "ஏன் இந்த மனிதர் இன்னும் தூங்கிக்கொண்டிருக்கிறார்" என்றான்.

வியாபாரம் நடத்திக்கொண்டு, இடையிடையே அம்மா அவரைப் பார்த்துக்கொள்வார். ஒவ்வொரு தடவையும் வாடிக்கையாளர்கள் வரும்போது கீழிருந்து நான் மணி அடித்து "நிறையபேர் வந்திருக்கிறார்கள்" என்று உரத்த குரலில் சொல்வேன். அவள் கீழிறங்கி வருவாள். அவரோ தண்ணீர் மட்டுமே குடித்தார். நிலைமை மோசமாகிவிடவில்லை. மருத்துவர் மருத்துவமனைக்குக் கொண்டு செல்வதைப் பற்றி மீண்டும் பேசவில்லை.

மறுநாள் என் அம்மாவும் நானும் அவர் உடல்நிலையைப் பற்றி விசாரிக்கும் போதெல்லாம் அப்பா கோபத்தோடு பெருமூச்சு விட்டார். அல்லது இரண்டு நாளாகச் சாப்பிடவில்லை என்று புலம்பினார். மருத்துவர் கிண்டலாகப் பேசுவதை நிறுத்திவிட்டார். ஒவ்வொருதடவையும் அவர் அப்பாவைப் பார்த்துவிட்டுக் கீழிறங்கி வரும்போது அவர் ஏதாவது வேடிக்கையாகச் சொல்வார் என்று எதிர்பார்ப்பேன்; ஏமாற்றம்தான். மறுநாள் மாலை அம்மா தரையைப் பார்த்துக்கொண்டே, "இது எப்படிப் போய் முடியும் என்று தெரியவில்லை" என்று முணுமுணுத்தாள். கடந்த இரண்டு நாட்களாக ஒன்றாகச் சாப்பிட்டுவிட்டுக் குழந்தையைப் பார்த்துக்கொண்டோம். "பொறுத்திருந்து பார்ப்போம்" என்று பதில் சொன்னேன். எனக்குப் பதினெட்டு வயதிருக்கும்போது, அவள் சில சமயங்களில் "உனக்கு ஏதாவது நேர்ந்தால்... என்ன செய்ய வேண்டுமென்று உனக்குத் தெரியும்" என்று குத்திக் காட்டிச் சொல்வார். அவர் 'ஏதாவது' என்று சொன்னது இருவருக்கும் புரியும். 'கருவுற்றுவிட்டால்' என்றுதான் அர்த்தம்.

வெள்ளிக்கிழமை இரவு, விடிந்தால் சனிக்கிழமை. என் தந்தை மூச்சுவிடுவதில் சிரமம் ஏற்பட்டது. கடகடவென்ற ஓசை கேட்டது. அவருடைய மூச்சில் இதுபோன்று இதற்கு முன் நிகழ்ந்ததில்லை. சத்தம் அவர் நுரையீரலிலிருந்து வந்ததா அல்லது அவர் வயிற்றிலிருந்து வந்ததா என்று கண்டுபிடிக்க முடியவில்லை. அவரை அமைதிப் படுத்துவதற்கு மருத்துவர் ஊசி போட்டார். உடனே அமைதியாகிவிட்டார். பிற்பகலில்

வெளுத்து வந்த துணிகளை அலமாரியில் அடுக்கி வைத்தேன். படுக்கை ஓரத்தில் இருந்த இளஞ்சிவப்புத் திண்டு ஒன்றை வியப்புடன் பார்த்தேன். அதைக் கவனித்த அப்பா கைகளை முட்டுக் கொடுத்துக்கொண்டு எழுந்து என்னைப் பார்த்தார். "அதை உன் அம்மா உன்னுடைய மெத்தையில் சேர்த்துத் தைக்க வைத்திருக்கிறாள். அதுபோன்ற ஒன்றை என்னுடையதில் ஏற்கெனவே தைத்துவிட்டாள்" என்று சொல்லிக்கொண்டே தன் மெத்தையைத் தூக்கிக் காட்டினார். நோயில் விழுந்த நாளிலிருந்து தன்னைச் சுற்றி நடப்பதில் அவர் கவனம் செலுத்தியது அதுதான் முதல் தடவை. அப்போது நான் இன்னும் நம்பிக்கை இருக்கிறது என்று நினைத்தேன். அவரும் தன் உடல் நிலை அவ்வளவு மோசமாகிவிடவில்லை என்று காட்டுவதற்கே பேச்சுக் கொடுத்தார். ஆயினும் அவர் பேசிய விதம் அவர் இந்த உலகைவிட்டுக் கொஞ்சம் கொஞ்சமாக விலகிக்கொண்டிருந்ததை எடுத்துக் காட்டியது.

அதன் பிறகு, அவர் என்னிடம் பேசவே இல்லை. அவரிடம் உணர்வு இருந்தது. ஊசி போடுவதற்குச் செவிலி வந்தால் திரும்புவார். அம்மா கேட்கும் கேள்விகளுக்கு ஆம், இல்லை என்று பதில் சொல்வார். வலிக்கிறது, தாகம் எடுக்கிறது என்றெல்லாம் சொல்வார். அவ்வப்போது, "நான் சாப்பிட்டால் போதும்" என்பார். சாப்பாடுதான் அவர் குணமாவதற்கான அருமருந்து போலவும், அதனை யாரோ ஒருவர் தனக்குக் கிட்டாமல் செய்ததுபோலவும் குறைகூறுவார். அவருக்கு எத்தனை நாள் சாப்பிடாமலிருந்தோம் என்று கணக்குப் பார்க்கத் தெரியவில்லை. "கொஞ்சம் வயிற்றைக் காயப்போட்டால் குற்றமில்லை" என்று அம்மா சொல்லிக்கொண்டே இருப்பாள். என் பையன் தோட்டத்தில் விளையாடுவான். நான் பிரபல பெண் எழுத்தாளர் சிமோன் த பொவ்வாரின் 'லே மாந்தாரேன்' எனும் நாவலைப் படித்துக்கொண்டே அவனைக் கண்காணிப்பேன். அது ஒரு பெரிய நாவல். அதனை என்னால் முடிக்க முடியாது. ஏதோ ஒரு பக்கம் படிக்கும்போது அப்பா இறந்துவிடக் கூடும். வாடிக்கையாளர்கள் என் அப்பாவைப் பற்றி விசாரித்துக் கொண்டே இருந்தார்கள். அவருக்கு என்ன நோய் என்று தெரிந்துகொள்ள விரும்பினார்கள். அவருக்கு இருதயக் கோளாறா அல்லது வெப்பத் தாக்க நோயா என்று கேட்பார்கள். அம்மாவின் தெளிவற்ற பதிலால் திருப்தியடைய மாட்டார்கள். ஏதோ ஒன்றை மறைக்கிறோம் என்று நினைப்பார்கள். எங்களுக்கோ நோயின் பெயர் முக்கியமில்லை.

ஞாயிறன்று காலை. எதோ ஒரு விட்டுவிட்டுப் பாடும் சத்தம் கேட்டு நான் எழுந்தேன். தேவாலயத்தில் இறப்போர்க்குச்

செய்யும் இறுதிச் சடங்கு. அது எனக்குப் பிடிக்கவே பிடிக்காது. தலையணையில் முகத்தைப் புதைத்துக்கொள்வேன். அம்மா முன்னதாகவே எழுந்திருக்க வேண்டும். அப்போதுதான் முதல் பூசையை முடித்துவிட்டு வரும் பாதிரியாரைப் பிடிக்க முடியும்.

பின்னர் அம்மா வியாபாரத்தில் ஈடுபட்டுக்கொண்டிருக்கும் போது, நான் மேலே சென்று என் தந்தையைப் பார்த்தேன். அவர் கட்டில் ஓரத்தில் உட்கார்ந்திருந்தார். தலை குனிந்திருந்தது. அருகிலிருந்த நாற்காலியை வெறித்துப் பார்த்துக்கொண்டிருந்தார். கையில் ஒரு காலி கிளாஸ் இருந்தது. அவர் கை பயங்கரமாக நடுங்கிக்கொண்டிருந்தது. அவர் தன் கையிலிருந்த கோப்பையைக் கீழே வைக்க விரும்பியதை நான் உடனேயே கண்டுபிடிக்கவில்லை. பல வினாடிகள் அவரையும், அவர் நம்பிக்கை இழந்த நிலையையும் பார்த்துக்கொண்டே இருந்தேன். கடைசியில் அவர் கையிலிருந்ததை வாங்கிக்கொண்டு அவரைப் படுக்க வைத்தேன். அவர் கால்களைத் தூக்கிக் கட்டிலில் வைத்தேன். ‘என்னால் அதனைச் செய்ய முடிந்தது’ அல்லது ‘அதனைச் செய்யுமளவுக்கு நான் பெரிய பெண்ணாகிவிட்டேன்’ என்று எனக்குள் நான் சொல்லிக்கொண்டேன். அவர் முகத்தை ஏறிட்டுப் பார்த்தேன். அவர் உருவத்தில் நான் முன்பு பார்த்ததற்கும் இப்போது பார்ப்பதற்கும் நிறைய வேறுபாடுகள் இருந்தன. பல் செட்டைக் கழற்றாமலிருந்ததால் உதடுகள் அதன் மீது மடிந்திருந்தன. அவருடைய ஈறுகள் வெளியில் தெரிந்தன. அவரை முதியோர் இல்லத்துக்குக் கூட்டிச் சென்றோம். அங்கு மடத்தார்கள் எங்களை கிறிஸ்துமஸ் கேரல்கள் பாட வைத்தார்கள். அந்த நிலையிலும்கூட அவர் நீண்ட நாட்கள் வாழ்வார்போல் தெரிந்தது.

பகல் பன்னிரண்டரை மணிக்கு என் பையனைப் படுக்கப் போட்டேன். அவனுக்குத் தூக்கம் வரவில்லை. மெத்தைமீது பலம் கொண்ட மட்டும் குதித்துக்கொண்டிருந்தான். அப்பாவின் கண்கள் அகல விரிந்திருந்தன. மூச்சுவிடுவதில் மீண்டும் சிரமம். ஞாயிறன்று, எப்போதும்போல், அம்மா பிற்பகல் ஒருமணிக்குப் பலசரக்குக் கடையையும் உணவகத்தையும் மூடினாள். நான் பாத்திரங்கள் தேய்த்துக்கொண்டிருந்தேன். என்னுடைய சின்னம்மாவும் சித்தப்பாவும் வந்திருந்தார்கள். அப்பாவின் நிலைமையைப் பார்த்துவிட்டுச் சமையலறையில் உட்கார்ந்துகொண்டார்கள். அவர்களுக்கு காஃபிப் போட்டுக் கொடுத்தேன். அம்மா மாடியில் மெதுவாக நடக்கும் சத்தம் கேட்டது. பிறகு அவள் இறங்கி வந்தாள். அவள் நடையில் சற்று மாற்றம் தெரிந்தாலும், வழக்கம்போல் காஃபி சாப்பிட வந்தாள் என்று நினைத்தேன். இறங்கி வந்ததும் “எல்லாம் முடிந்துவிட்டது” என்றாள்.

வியாபாரமெல்லாம் போய்விட்டது. கடை இப்போது தனியார் இல்லமாகிவிட்டது. சன்னல்களில் டெரிலின் திரைகள் தொங்கின. அதைவிட்டுக் கிளம்பிய அம்மா இப்போது நகரின் மையப்பகுதியருகேஒருகூட்டுக்குடியிருப்பில்வசிக்கஆரம்பித்தாள். அப்பாவிற்காகப் பளிங்கு நினைவுக் கல் வைத்தாள். அதில் *A... D... 1899 – 1967* என்று பொறிக்கப்பட்டிருந்தது. எளிமையானது. பராமரிப்புத் தேவை இல்லை.

○○○

எனக்குரிய வாரிசுடைமையை நான் இப்போது அடியெடுத்து வைத்திருக்கும் படித்த – நடுத்தரவர்க்கத்தினர் உலகின் எல்லையிலேயே வைத்துவிட்டேன்.

○○○

அப்போது எனக்குப் பன்னிரண்டு வயது. ஒரு நாள், ஞாயிற்றுக் கிழமை. ஆலய வழிபாடு முடிந்ததும், அப்பாவும் நானும் நகரமன்றக் கட்டடத்தின் பிரமாண்டமான மாடிப்படியில் ஏறிச் சென்றோம். நகராட்சி நூல் நிலையத்தின் கதவைத் தேடினோம். இதுவரை நாங்கள் அங்குப் போனதில்லை. அது எனக்குத் திருவிழாவுக்குப் போனதுபோல் இருந்தது. கதவருகில் சென்று பார்த்தோம். உள்ளிருந்து எந்தச் சத்தமும் வரவில்லை. இருந்தும், அப்பா கதவைத் தள்ளினார். அங்கு முழு அமைதி நிலவியது. தேவாலய அமைதியைவிடவும் அதிக அமைதிநிலவியது. நடக்கும்போது பலகைப் பொருத்தப்பட்ட தரை மட்டும் கிறீச்சிட்டது. ஒரு வினோத – பழைய பொருட்களின் – வாசனை வீசியது. எங்களைப் பெரிய மேசைக்குப் பின்னாலிருந்து இரு அலுவலர்கள் பார்த்தார்கள். அப்பா என்னைவிட்டுப் பேசச் சொன்னார். “புத்தகங்கள் இரவல் வாங்க வந்தோம்” என்றேன். “என்ன புத்தகங்கள் ?” என்று ஒருவர் கேட்டார். பிஸ்கட் வாங்கப் போகும் முன் என்ன பிஸ்கட் என்று வீட்டில் முடிவு செய்து விட்டுப் போவோம். அதுபோல் என்ன புத்தகம் வேண்டு மென்று நாங்கள் தீர்மானித்துவிட்டுப் போகவில்லை. அவர்களே முடிவுசெய்து எனக்குக் கொலோம்பா என்னும் நாவலும், அவருக்கு மோப்பசான் நாவல் ஒன்றும் தந்தார்கள். திருப்பித் தர நாங்கள் போகவில்லை. அம்மாதான் போனாள் – கொஞ்ச நாள் கழித்து.

○○○

அவர் என்னை வீட்டிலிருந்து பள்ளிக் கூடத்திற்கு சைக்கிளில் அழைத்துச் செல்வார் - வெயிலெரித்தாலும், மழை பெய்தாலும்.

அதில் அவர் பெருமைப்பட்டார் என்று நினைக்கிறேன். அவர் வாழ்க்கைக்கு அர்த்தம் கண்டார்போலும். ஏனென்றால்,

அவரை அலட்சியம் செய்த உலகு இப்போது எனக்குச் சொந்தமாகிக்கொண்டிருந்தது.

'ஓடம் ஒரு நாள் வண்டியிலே. வண்டி ஒரு நாள் ஓடத்திலே' என்று பாட்டுப் பாடுவார்.

ooo

எல்லைகளின் அனுபவம் என்றொரு புத்தகம் நினைவுக்கு வருகிறது. அதைப் படிக்க எனக்குத் துணிவு இல்லை. அதில் நுண்பொருள் கோட்பாடு, இலக்கியம் ஆகியவற்றைப் பற்றி மட்டுமே பேசப்பட்டிருந்தது.

ooo

நான் எழுதும்போதெல்லாம், மாணவர்களின் வீட்டுப் பாடங்களையும் திருத்துவேன். அவர்களுக்கு மாதிரிப் படிவங்கள் எழுதிக் கொடுப்பேன். அதற்காகத்தான் எனக்குச் சம்பளம் கொடுத்தார்கள். அது எனக்கு எல்லையில்லா மகிழ்ச்சியைத் தந்தது. சில சமயங்களில் கண்ணீர் வரும்.

ooo

சென்ற வருடம் அக்டோபர் மாதம் பேரங்காடி ஒன்றில் நான் பொருட்களை எடுத்துக்கொண்டு வந்து விலைபோடும் இடத்தில் காத்திருந்தேன். அப்போது அங்கு ஒரு பழைய மாணவியைப் பார்த்துவிட்டேன். ஐந்து அல்லது ஆறு ஆண்டுகளுக்குமுன் அவள் என் மாணவியாக இருந்தது நினைவுக்கு வந்தது. அவள் பெயர் தெரியவில்லை. எந்த வகுப்பில் என் மாணவியாக இருந்தாள் என்றும் நினைவில்லை. என்னுடைய முறை வந்ததும் ஏதாவது பேச வேண்டுமே என்று "எப்படி இருக்கிறாய்? இந்த வேலை உனக்குப் பிடித்திருக்கிறதா?" என்று கேட்டேன். "பிடித்திருக்கிறது, பிடித்திருக்கிறது" என்றாள். பின்னர் என்னுடைய பொருட்களுக்கு விலைபோட்டுப் பணம் வாங்கியதும் "எனக்குத் தொழில்நுட்பப் பள்ளி சரிப்பட்டு வரவில்லை" என்றாள். அவள் எந்தப் பள்ளிக்குச் சென்றாள் என்பதை நான் நினைவில் வைத்திருந்ததாக அவள் நினைத்தாள்போலும். ஆனால், அதெல்லாம் எனக்கு மறந்துபோய் விட்டது. "போய் வருகிறேன்" என்று சொல்லிவிட்டு நகர்ந்தேன். அதற்குள் அவள் மற்ற வாடிக்கையாளர்களைக் கவனிக்கத் தொடங்கி, வலது கையால் பொருட்களின் விலையைத் தட்டச்சு செய்துகொண்டிருந்தாள்.

நவம்பர் 1982 – ஜூன் 1983